レベル アップ 中級 ベトナム語

チャン・ティ・ミー 著
Trần　Thị　Mỹ

今井昭夫　監修

三修社

音声ダウンロード・ストリーミング

① PC・スマートフォンで本書の音声ページにアクセスします。
　 https://www.sanshusha.co.jp/np/onsei/isbn/9784384050080/
② シリアルコード「05008」を入力。
③ 音声ダウンロード・ストリーミングをご利用いただけます。

ナレーション：ド・ティ・ミン・フォン（Do Thi Minh Phuong）
音声収録制作：有限会社スタジオグラッド

はじめに

　1973 年の外交関係樹立以来、日越両国は経済、文化、スポーツや政治等の幅広い分野において首脳から草の根レベルに至るまで交流を築き、2023年 11 月に関係を「包括的戦略的パートナーシップ」に格上げし、連携強化に取り組んできました。

　日本におけるベトナム語教育に関しては、近年、大学などの高等教育機関だけでなく、街中の外国語教室やプライベートレッスンなどでもベトナム語を学ぶことは珍しくなくなっています。日本人がベトナム語を学ぶ目的・理由は、ベトナム語そのものへの興味、ベトナムの歴史・文学に関する知識、ビジネス・就職や留学など多岐にわたりますが、ベトナム語学習者の数は確実に増えてきて、市販テキストや学習サイトも豊富にあります。しかし、その大半は初級レベルで、文型の紹介のみにとどまっているものが多いです。語学の知識と文化の知識の両方に重点が置かれる中級レベルのベトナム語テキストはほんのわずかしかありません。

　ある言語で円滑に意思疎通を行うには、その言語を学ぶことと、その国の文化について積極的に知ろうとする姿勢を切り離すことはできません。言葉の背後にある文化について知識が不足していると、会話が弾まないだけでなく、思いがけない誤解も招いてしまいます。今回、本書を著す狙いは、ベトナム語の初級レベルを終了した学習者の皆さんが中級レベルの表現力を鍛えながら、ベトナムの文化に対する理解を深めていけるコンテンツを提供することです。

　この『レベルアップ 中級ベトナム語』が、皆さんのベトナム語学習、更には日越の人々の相互理解促進の一助となることを心より願っています。

2023 年 11 月

Trần Thị Mỹ

本書の構成と使い方

　本書は全12課からなっています。第1課は、日本語とベトナム語の特徴についての内容です。第2課〜第5課は、ベトナムで生活の基礎だと言われる Ăn - Mặc - Ở - Đi lại（食・衣・住・移動）の順で日本との共通点や相違点を述べながら、物質文化を軸に据えます。第6課〜第9課は、ベトナムの伝説、信仰、お祭りと芸術の順で非物質文化に焦点を当てます。第10課〜第12課は、ベトナムの歴史人物と文化人に関する内容を扱います。

　各課は、本文、語彙、文法解説、練習問題、本文の参考用の和訳で構成されています。中級レベルでは、学習者は短くて簡単な会話にとどまらず、一定の長さのテキストを理解する必要があるので、本書では会話中心ではなく、長文読解をベースにしています。しかし、文法解説の例文や練習問題の問いなどには日常会話でよく用いられる口語的な表現も多く盛り込んでいます。「語彙」にはその課の本文、文法解説、練習問題で新出した語彙をまとめていますが、全12課で約1,500語になります。これらの語彙は、東京外国語大学のホームページに掲載されている言語モジュールのベトナム語・語彙モジュールの基礎語彙約500語を含んでおらず、その上のレベルに相当します。本文中の太字の部分は「文法解説」で取り上げている表現です。本文中の登場順と文法解説内の順番も一致しています。各課で文法表現を5つ解説しますが、小項目も設けて関連する文型を体系的に記述することに努めました。「練習問題」は、文法表現を練習するための問題に加え、本文の内容に関する読解問題も各課にあります。ベトナム語はSVO言語で、SOV言語の日本語と語順が大いに異なることから、ベトナム語文法学習は語順が命だと言っても過言ではありません。そこで、並べ替え問題をはじめ、語順を練習する問題を多めに作ることを心がけました。

　巻末に「語彙索引」と「各課の練習問題・総合復習問題　解答」が付いています。「語彙索引」には各課の新出語彙に取り上げられた語が

```
a ă â b c ch d đ e ê g g gh gi h i k kh l m n ng ngh nh o ô
ơ p q r s t th tr u ư v x y
```

の順と、声調の thanh không（無表記）、thanh huyền（ ` ）、thanh sắc
（ ´ ）、thanh hỏi（ ˀ ）、thanh ngã（ ˜ ）、thanh nặng（ . ）の順に並んでいま
す。配列する単位は、連続して書かれた塊に基づきます。例えば、bê tông（コ
ンクリート）は bên cạnh đó（また、さらに）の前に配列されます。

　独学自習する方々も教育機関に通っている方々も使っていただけるよう
に本書を執筆しました。独学自習する場合、本文から読み始めていただい
てもいいし、「語彙」の次に「文法解説」、「練習問題」を終えてから本文に
入る順番で学んでいただいても結構です。ご自分の学習スタイルに合った
順番で学習していただければ幸いです。また、必ず音声ファイルを活用し
て正しい発音を身につけてください。一方、本書を授業で使っていただく
場合、第 5 課終了後に物質文化を、第 9 課終了後に非物質文化を、そして、
第 12 課終了後に歴史人物や文化人をテーマに「ベトナム語で話そう」など
スピーチのセッションを設けて、受講者に既習語彙・文型を活用して産出
する機会にするという活用も考えられます。

Mục lục　目次

コラム

Bài 1

Tiếng Việt và tiếng Nhật 🔊 01

Tiếng Việt thuộc loại hình ngôn ngữ đơn lập. Tiếng Nhật thuộc loại hình ngôn ngữ chắp dính.

Dù ở vị trí, chức năng nào trong câu **thì** các từ của tiếng Việt cũng không biến đổi hình thái. Ví dụ, **dù** là chủ ngữ **hay** là tân ngữ của động từ "yêu" **thì** từ "tôi" trong câu "Tôi yêu cô ấy" và câu "Cô ấy yêu tôi" cũng không thay đổi về ngữ âm và chữ viết. Quan hệ ngữ pháp và ý nghĩa ngữ pháp trong tiếng Việt được thể hiện chủ yếu bằng hư từ và trật tự từ. Ví dụ, hư từ "đã" trong "đã ăn" thể hiện sự việc xảy ra ở quá khứ, hư từ "sẽ" trong "sẽ ăn" thể hiện sự việc xảy ra ở tương lai. Chỉ với 5 từ "nó", "bảo", "sao", "không", "đến", có thể tạo ra hơn 40 câu có ý nghĩa khác nhau, **chẳng hạn như** "Nó đến sao không bảo?", "Bảo sao nó không đến", "Sao đến không bảo nó?", "Không đến bảo nó sao?", "Đến không bảo nó sao?" v.v.

Còn trong tiếng Nhật, ví dụ câu "Watashi ga kanojo wo aisuru", **dù** đảo trật tự từ thành "Kanojo wo watashi ga aisuru" hoặc "Watashi ga aisuru, kanojo wo" **nhưng** chủ ngữ của câu vẫn là "watashi", tân ngữ của động từ "aisuru" vẫn là "kanojo", và về cơ bản, ý nghĩa của câu cũng không thay đổi. Điều này là **do** trợ từ "ga" thể hiện danh từ đứng trước nó là chủ ngữ, và trợ từ "wo" thể hiện danh từ đứng trước nó là đối tượng của hành động. Bên cạnh đó, động từ, tính từ, trợ động từ biến đổi về hình thái để thể hiện thời, khẳng định, phủ định v.v. Ví dụ, động từ "aisuru" (yêu) biến đổi thành "aishita" (đã yêu), "aishite iru" (đang yêu), "aiseyo" (yêu đi), "aisanai" (không yêu) v.v.

Có thể nói, không chỉ ngữ âm **mà cả** ngữ pháp tiếng Việt cũng có nhiều điểm khác biệt với tiếng Nhật.

語彙

ăn trộm	盗みをする
bài khoá	（語学書におけるそれぞれの課の）本文
bài thơ	一編の詩
bản báo cáo	報告書
bận rộn	忙しい
bên cạnh đó	また、さらに
biến đổi	変化する
biểu tượng	シンボル、象徴
bỏ	捨てる、放棄する
cá hồi	鮭
canh miso	味噌汁
cắm	（花などを）生ける
cầu Vàng	ゴールデンブリッジ（Đà Nẵng 市の景勝地）
cưới	結婚する
Chà!	うわー！
chủ ngữ	主語
chủ yếu	主に
chụp	（写真を）撮る
chữ viết	文字
chức năng	働き、機能
dạ dày	胃
danh từ	名詞
dịch giả	翻訳者
diễn viên	俳優、女優
du học	留学
dùng	使う、用いる

đảo	引っくり返す
đặc điểm	特徴
điểm	点
định kỳ	定期の
đối tượng	対象
đồng ý	同意する
động từ	動詞
Em Thuý	「トゥイちゃん」（画名）
gầy	痩せている
giáo viên	教員、教師
hành động	動作、行動
hình thái	形態
họa sĩ	画家
hỏng	壊れる
hồ nước	湖
hư từ	機能語
kỳ thi	試験
khác biệt	違い、相違；違った、異なった
khám	診察する
khẳng định	肯定する
khuya	夜遅い
Khuyến học	『学問のすゝめ』（著書名）
lịch	カレンダー
lo lắng	心配する
loại hình	類型
lười	なまける、怠る
mì ăn liền	インスタントラーメン
món	料理に添える類別詞 món ăn：料理、惣菜 món nem：春巻き
môn	科目
một số ~	いくつかの〜
năng động	活発な
nội dung	内容

núi	山 núi Phú Sĩ：富士山
ngoại ngữ	外国語
ngôn ngữ chắp dính	膠着語
ngôn ngữ đơn lập	孤立語
Ngũ Hành Sơn	五行山（Đà Nẵng 市の景勝地）
ngữ âm	音声
ngữ pháp	文法
người tiêu dùng	消費者
nghèo	貧しい
Nhà hát lớn	オペラハウス
nhà văn	作家
nhạc sĩ	作曲家
ồn ào	騒がしい
phản đối	反対する
phát âm	発音
phát minh	発明する
phở	フォー（米麺の麺料理）
phù hợp với ~	～と合う、～に適する
phủ định	否定する
phụ huynh	父兄、保護者
phương tiện	手段、ツール phương tiện giao thông：交通手段
quà	贈り物、お土産
quá khứ	過去
quan hệ	関係
quyền	権利、権限
rảnh rỗi	暇な
sáng tác	（作品を）作る
sập	崩壊する、崩れ落ちる
sự việc	出来事、事
sức khoẻ	健康
tạo	作る
tặng	贈る、与える

tân ngữ	目的語
Tiến quân ca	「進軍歌」（ベトナムの国歌）
tiếp tục	続く、〜し続ける
tình hình	状況
tình yêu	恋愛
tính từ	形容詞
từ	単語、ことば
tự nhiên	自然
tương lai	未来
thành phố	都市 thành phố Nara：奈良市
thay đổi	変える、変わる
thắng cảnh	景勝地
thể hiện	表す、示す
thi	（試験を）受ける、受験する
thói quen	習慣
thông minh	賢い
thời	時制 thời quá khứ：過去時制 thời tương lai：未来時制
thời tiết	天候、天気
thuộc	属する
thường xuyên	よく、いつも
trang phục	衣服
trận đấu	試合
trật tự từ	語順
trợ động từ	助動詞
trợ từ	助詞
trơn	滑りやすい
Trung Quốc	中国
về cơ bản	基本的には
vị trí	位置、ポジション
vội vàng	大急ぎで、急いで、慌てて
v.v.	等等（vân vân の略、vân vân と読む）

xảy ra	生じる、起きる
xây dựng	建てる、建設する
yên bình	穏やかな、長閑な

文法解説

1. dù ~

☞ **dù ~ (có) ~ thì ~ vẫn/cũng ~**
仮定的な逆接「たとえ～ても～」

Dù trời **có** sập **thì** tôi **vẫn** đi làm.

たとえ空が崩れ落ちても、私は依然として仕事に行きます。

Dù gia đình phản đối **thì** tôi **vẫn** cưới cô ấy.

たとえ家族が反対しても、私は依然として彼女と結婚します。

Dù các anh **có** cố gắng hết sức **thì** chúng ta **cũng** không thể thay đổi tình hình.

たとえあなたたちが全力で頑張っても、私たちは状況を変えることはできません。

☞ **dù/mặc dù/tuy ~ nhưng ~**
事実的な逆接「～のに～」

Dù bố mẹ không đồng ý **nhưng** chị Hương vẫn đi du học.

両親が同意しなかったのに、フオンさんは依然として留学に行きました。

Mặc dù thời tiết xấu **nhưng** trận đấu vẫn tiếp tục.

天気が悪かったのに、試合は依然として続きました。

Tuy nhà xa **nhưng** chị Hiền chưa bao giờ đi làm muộn.

家が遠いのに、ヒエンさんは仕事に遅刻したことがありません。

Tuy mới bắt đầu học tiếng Việt từ năm ngoái **nhưng** anh Tanaka phát âm rất hay.

去年からベトナム語を学びはじめたばかりなのに、田中さんはとても綺麗に発音しています。

前件の主語と後件の主語が同一の場合には、1つを省略できます。

Dù tôi **có** nghèo **thì** tôi **cũng** không bao giờ ăn trộm.

= **Dù có** nghèo **thì** tôi **cũng** không bao giờ ăn trộm.

= **Dù** tôi có nghèo **thì cũng** không bao giờ ăn trộm.

たとえ貧しくても、私は決して盗みをしません。

Dù tôi ăn rất nhiều **nhưng** tôi vẫn gầy.

= **Dù** ăn rất nhiều **nhưng** tôi vẫn gầy.

= **Dù** tôi ăn rất nhiều **nhưng** vẫn gầy.

たくさん食べているのに、私は依然として痩せています。

☞　**dù ~ hay ~**
　　「〜にせよ〜にせよ〜」

Dù nam **hay** nữ, ai cũng có quyền mặc trang phục mà mình thích.

男性にせよ、女性にせよ、誰もが好きな衣服を着る権利があります。

Khi được tặng quà, **dù** thích **hay** không thích thì chúng ta cũng nên nói lời cảm ơn.

贈り物を贈られたとき、好きにせよ、好きでないにせよ、私たちはお礼を言うべきです。

「**dù ~ hay ~**」が主節の前に置かれる場合は主語の後ろにcũngが用いられて、文末に置かれる場合はcũng が用いられないのが一般的です。

前件の主語と後件の主語が同一の場合には、1つを省略できます。

Dù bận rộn **hay** rảnh rỗi thì tôi cũng gọi điện cho bố mẹ hằng ngày.

= Tôi gọi điện cho bố mẹ hằng ngày, **dù** bận rộn **hay** rảnh rỗi.

忙しいにせよ暇にせよ、私は毎日両親に電話をかけます。

2. có thể nói, ~
断言を避ける表現「~と言えよう。」

Có thể nói, núi Phú Sĩ là biểu tượng của Nhật Bản.
富士山は日本の象徴と言えよう。
Có thể nói, Covid-19 đã thay đổi thói quen của người tiêu dùng.
Covid-19 は消費者の習慣を変えたと言えよう。
Có thể nói, dù trẻ hay già, ai cũng nên khám sức khoẻ định kỳ.
若いにせよ老いているにせよ、誰もが定期健康診断を受けるべきだと言えよう。

3. do ~
☞ **do ~ nên ~ / ~ do ~**
原因・理由を表す表現「~から、~」／「~のは、~からです。」

Do thường xuyên bỏ bữa sáng **nên** anh ấy bị đau dạ dày.
彼はよく朝食を抜いているから、胃痛になりました。
Anh ấy bị đau dạ dày **do** thường xuyên bỏ bữa sáng.
彼が胃痛になったのは、よく朝食を抜いているからです。
Do lười học **nên** tôi phải thi lại môn Tiếng Anh.
勉強を怠ったので、英語の科目の再試験を受けなければなりません。
Tôi phải thi lại môn Tiếng Anh **do** lười học.
私が英語の科目の再試験を受けなければならないのは、勉強を怠ったから
です。
Do trời mưa to **nên** đường trơn.
大雨のため、道路は滑りやすいです。
Đường trơn **do** trời mưa to.
道路が滑りやすいのは、大雨のためです。

☞ **~ do ~**
受身文の動作主を表す表現「~によって~」

Mì ăn liền **do** Ando Momofuku phát minh ra.
インスタントラーメンは安藤百福によって発明されました。

Bản báo cáo này **do** chị Vy viết.

この報告書はヴィさんによって書かれました。

Món nem đó **do** anh Minh làm.

その春巻きはミンさんによって作られました。

4. không chỉ/không những A mà còn/mà cả B (nữa)
「A だけでなく、B も〜」

A と B が動詞または形容詞の場合は mà còn を使います。A と B が名詞で、そのひとまとまりで主語、または目的語の役割を果たす場合は、mà cả を用いますが、名詞文の述語の役割を果たす場合は không chỉ là A mà còn là B となります。

Không chỉ học sinh **mà cả** phụ huynh cũng lo lắng cho kỳ thi.

生徒だけでなく、保護者も試験について心配しています。

Anh Kimura nấu được **không những** món ăn Nhật Bản **mà cả** món ăn Trung Quốc nữa.

木村さんは和食だけでなく、中華料理も作れます。

Cô ấy **không chỉ là** một diễn viên **mà còn là** một nhà văn.

彼女は俳優であるだけでなく、作家でもあります。

Họ **không những** thông minh **mà còn** năng động nữa.

彼らは賢いだけでなく、活発でもあります。

Trời **không những** lạnh **mà còn** mưa nữa.

寒いだけでなく、雨も降っています。

5. như/ví dụ như/chẳng hạn như ~
例を挙げるときに使う表現「〜や〜など」

Tôi từng đi du lịch một số nước **như** Nhật Bản, Trung Quốc.

私は日本や中国など、いくつかの国に旅行に行ったことがあります。

ví dụ như と chẳng hạn như の前に「,」（コンマ）をつける必要があります。

Hà Nội có nhiều hồ nước tự nhiên, **ví dụ như** Hồ Tây, Hồ Hoàn Kiếm.
ハノイには、タイ湖やホアンキエム湖など、自然湖が多くあります。
Xuân Diệu đã sáng tác nhiều bài thơ về tình yêu, **chẳng hạn như** *Yêu, Vội vàng, Chiều*.
スアン・ジエウは、「愛」や「急いで」や「午後」など、恋愛についての詩をたくさん作りました。

練習問題

I. 次の会話が成り立つように、（　）内の語句を並べ替えて書きなさい。

1. A：Anh có thích ăn phở không?
   B：Có, tôi rất thích ăn phở.
   A：Còn cá hồi thì sao?
   B：Tôi cũng thích cá hồi vì cá hồi tốt cho sức khoẻ.
   A：Thế thì chúng ta nấu món phở cá hồi nhé.
   B：Ôi! (Dù / tôi / sập / phở / cá hồi / có / thì / không bao giờ / với / ăn / trời / cũng).

2. A：Tôi tặng anh một món quà. (Tuy / nhưng / trong / năm / này / đủ / nhỏ / cho anh / dùng / một / món quà).
   B：Chà! Cảm ơn anh. Món quà gì thế ạ?
   A：Một quyển lịch ạ.

3. A：(muộn / đi / học / em / hỏng / Do / xe đạp / nên). Em xin lỗi thầy ạ.
   B：Hôm kia thì em đi học muộn do đồng hồ hỏng. Hôm qua thì em đi học muộn do cửa hỏng. Ngày mai thì cái gì sẽ hỏng nhỉ?

II. 「～ do ～」を使って次の文を受動態で書き直しなさい。

1. Người Pháp xây dựng Nhà hát lớn Hà Nội.
   →

2. Fukuzawa Yukichi viết *Khuyến học*.
   →

3. Họa sĩ Trần Văn Cẩn vẽ bức tranh *Em Thuý*.
   →

4. Nhạc sĩ Văn Cao sáng tác bài hát *Tiến quân ca*.
   →

5. Mẹ tôi chụp bức ảnh gia đình này.
   →

III. 「không chỉ/không những ～ mà còn ～ (nữa)」と次の語句を使って文を作りなさい。

1. Anh Tanaka học tiếng Việt + học tiếng Anh
   →

2. Mẹ tôi là giáo viên + là dịch giả
   →

3. Chị Vy vẽ đẹp + hát hay
   →

4. Nhà hàng này đắt + ồn ào
   →

5. Thành phố Nara đẹp + yên bình
   →

IV. 意味が通る文になるように、左と右を繋ぎなさい。

1. Tôi muốn làm rất nhiều việc, chẳng hạn như
2. Chồng tôi có nhiều thói quen xấu, ví dụ như
3. Tôi biết nấu một số món ăn Nhật như
4. Đà Nẵng có nhiều thắng cảnh như
5. Có nhiều phương tiện để đi đến Kyoto, ví dụ như

A. không ăn sáng, thức khuya.
B. đi du lịch, viết sách, học ngoại ngữ.
C. Ngũ Hành Sơn, cầu Vàng.
D. máy bay, xe buýt.
E. tempura, canh miso.

V. 本文を読んで、次の問いに対する答えとして最も適切なものを①②③④の中から1つ選びなさい。

1. Tiếng Việt có đặc điểm gì?
   ① Tiếng Việt không những dễ mà còn thú vị.
   ② Có thể nói, tiếng Việt thuộc loại hình ngôn ngữ chắp dính.
   ③ Động từ biến đổi hình thái.
   ④ Dù ở vị trí nào trong câu thì danh từ cũng không biến đổi hình thái.

2. Tiếng Nhật có đặc điểm gì?
   ① Tuy tiếng Nhật khó nhưng thú vị.
   ② Có thể nói, tiếng Nhật thuộc loại hình ngôn ngữ đơn lập.
   ③ Danh từ biến đổi hình thái.
   ④ Động từ, tính từ biến đổi hình thái.

3. Câu nào phù hợp nhất với nội dung bài khoá?
   ① Tiếng Việt và tiếng Nhật giống nhau.
   ② Tiếng Việt và tiếng Nhật có nhiều điểm khác biệt.
   ③ Dù trong câu "Tôi yêu cô ấy" hay "Cô ấy yêu tôi" thì "tôi" vẫn là chủ ngữ.

④ Dù trong câu "Tôi yêu cô ấy" hay "Cô ấy yêu tôi" thì "tôi" vẫn là tân ngữ của động từ "yêu".

和訳

ベトナム語と日本語

　ベトナム語は孤立語の類型に属する。日本語は膠着語の類型に属する。

　たとえ文の中のどの位置でも、どの働きでも、ベトナム語の単語は形態が変化しない。例えば、主語にせよ動詞「yêu」の目的語にせよ、「Tôi yêu cô ấy」と「Cô ấy yêu tôi」の文における「tôi」は音声も文字も変化しない。ベトナム語における文法関係と文法的意味は、主に機能語と語順によって表される。例えば、「đã ăn」における「đã」という機能語は過去に起こったことを表し、「sẽ ăn」における「sẽ」という機能語は未来に起こることを表す。「nó」、「bảo」、「sao」、「không」、「đến」という5つの単語だけで意味の異なる40以上の文を作ることができる。たとえば、「あいつが来たのになぜ伝えないの？」、「道理であいつが来ないわけだ」、「なぜあいつに伝えずに来たの？」、「あいつに伝えに来ないの？」、「あいつに伝えずに来たの？」等々である。

　一方で、日本語においては、例えば「私が彼女を愛する」という文の場合、「彼女を私が愛する」や「私が愛する、彼女を」に語順を引っくり返しても、文の主語は依然として「私」で、動詞「愛する」の目的語は依然として「彼女」であり、そして基本的に文の意味も変化しない。これは、助詞「が」がその前にある名詞が主語であることを表し、助詞「を」がその前にある名詞が動作の対象であることを表しているからである。さらに、動詞、形容詞、助動詞が、時制

や肯定、否定などを表すために形態を変化させる。たとえば、動詞「愛する」は、「愛した」、「愛している」、「愛せよ」、「愛さない」などのように変化する。

　音声だけでなくベトナム語の文法にも、日本語とは多くの相違点があると言えよう。

COLUMN
ベトナム語の文字表記

　歴史の流れに沿うと、ベトナム人はチュ・ハン（chữ Hán、漢字）、チュ・ノム（chữ Nôm、喃字）、チュ・クォック・グー（chữ Quốc ngữ、国語字）の 3 種類の表記法を使用してきました。チュ・ハンは、1,000 年以上にわたる中国の支配の影響を受けて、中国から伝わった文字です。チュ・ノムは、10 世紀から 20 世紀にかけて、ベトナム人の漢字の読み方に基づいてベトナム語を表記するために漢字または漢字の一部を再構成した表音文字体系として形成、発展しました。チュ・ハンもチュ・ノムもスペリングすることができず、習った文字でなければ書き方も読み方も分からないという欠点があります。17 世紀前半、一部の西洋人宣教師は、ベトナム語を書き写すために、ラテン語のアルファベットに基づいて新しい表記体系を構築しました。この表記体系は後にチュ・クォック・グーと呼ばれるようになりました。その後ほぼ 2 世紀にわたり、チュ・クォック・グーは段階的に改善され、最終的に今日の安定した形に到達しました。チュ・クォック・グーでは、ベトナム語のアルファベットと 6 つの声調を覚え、スペルのつづり方を理解するだけで、ベトナム語のすべての単語を読むことができます。

Bài 2

Nước mắm Việt Nam và nước tương Nhật Bản 🔊 03

Nước mắm không chỉ là một loại gia vị mà còn là một biểu tượng của ẩm thực Việt Nam. Nước mắm được làm từ cá biển và muối. **Bất cứ** mâm cơm nào cũng có sự hiện diện của nước mắm, dù là nước mắm đã được nêm nếm trong món ăn, hay bát nước mắm pha **tùy theo** loại thức ăn cần chấm. Bát nước mắm được để giữa mâm cơm còn tượng trưng cho sự chia sẻ của cả gia đình. Nước mắm thân thuộc với người Việt **đến nỗi** xuất hiện trong thành ngữ và ca dao, chẳng hạn như "Đo lọ nước mắm, đếm củ dưa hành", "Con cá cơm ngon hơn con cá bẹ. Bởi mê nước mắm Hòn, em bỏ mẹ theo anh".

Nước tương shoyu là gia vị thông dụng nhất ở Nhật Bản. Nước tương được làm từ đậu nành, lúa mì, muối. Giống như nước mắm Việt Nam, nước tương được người Nhật sử dụng để chấm trực tiếp và nêm nếm thức ăn, hoặc kết hợp với các loại gia vị khác để tạo ra loại nước chấm phù hợp với những món ăn khác nhau. Tuy nhiên, nước tương thường được rót ra chiếc đĩa nhỏ dành riêng cho mỗi người. Cả gia đình không dùng chung một bát nước chấm như ở Việt Nam. Tại Nhật Bản, từ "nước tương" còn được sử dụng để mô tả khuôn mặt điển hình của người Nhật. Các cuộc bình chọn nghệ sĩ mang khuôn mặt "Shoyu-gao" tiêu biểu nhất diễn ra hằng năm và thu hút **hàng** nghìn người tham gia.

Trước đây, nước mắm Việt Nam và nước tương Nhật Bản chủ yếu chỉ được tiêu thụ tại thị trường nội địa nhưng nay đã được xuất khẩu đi khắp thế giới. Có thể nói, ở **đâu** có người Việt thì ở **đó** có nước mắm, và ở đâu có người Nhật thì ở đó có nước tương.

語彙 🔊 04

ẩm thực	（食生活や食文化などにおける）「食」、料理、飲食 văn hoá ẩm thực：食文化
bất hoà	不和な
bếp	キッチン
bình chọn	投票する
bình tĩnh	落ち着く、冷静な
ca dao	歌謡、俗謡
cá bẹ	ヒラ（魚の一種）
cá biển	海水魚
cá cơm	カタクチイワシ
câu hỏi	質問
câu trả lời	答え
củ	球根に添える類別詞 củ hành：シャロット củ khoai：芋
cuộc	戦争、会議やコンテストなどに添える類別詞 cuộc chiến tranh：戦争 cuộc họp：会議 cuộc thi：コンテスト
cùng một lúc	同時に、一度に
chấm	軽く浸す、つける nước chấm：たれ
chất lượng	品質
chia sẻ	分かち合う
chim cút	うずら
dành riêng cho ~	～向けの、～用の

diễn ra	進む、行われる
doanh nghiệp	企業 doanh nghiệp vừa và nhỏ：中小企業
dọn dẹp	片付ける
dùng chung	共用する
dưa hành	シャロットの漬物
đặt	予約する
đậu nành	大豆
đếm	数える
đền	神社
đĩa	皿
điển hình	典型的な
đo	測る
đóng băng	凍る
đỗ	合格する
đối xử	（人を）待遇する、扱う
đông khách	客でにぎわう、客が多い
gia vị	調味料、スパイス
giá	値段
giám đốc	社長、所長
giảm	減少する
giờ đây	今日（こんにち）
giữa ~	～の間、～の真ん中
hành khách	乗客
hiện diện	姿を見せる、列席する
hoàn cảnh	環境、境遇
kết hợp với ~	～と組み合わせる、～を取り入れる
kích thước	大きさ、寸法
kỹ	慎重に、入念に、じっくりと
khách du lịch	観光客
khắp thế giới	世界中
khen	褒める
khóc	泣く
khuôn mặt	顔

lọ	ボトル、瓶
loại	種類
lỗ	損失を被る、損をする
lúa mì	小麦
lười biếng	怠惰な
lượng	量
mải + [動詞]	(〜することに) 没頭する、夢中になる
mang	帯びる、運ぶ
mâm cơm	(料理が載せてある) お盆
mê 〜	〜に夢中になる
mô tả	描写する
mua sắm	買い物をする
mừng	喜ぶ
nêm nếm	風味を加える、味付けをする
nội địa	国内
nước mắm	ヌクマム Đo lọ nước mắm, đếm củ dưa hành：[慣用句] 直訳は「ヌクマムの瓶を測り、シャロットの漬物を数える」(=家族に対してドケチな性格)
nước mắm Hòn	ホンのヌクマム (Kiên Giang 省 Hòn Sơn 島の名物)
nước tương	醤油
ngạc nhiên	びっくりする、驚く
nguyên liệu	原料、材料
nghệ sĩ	芸能人、アーティスト、役者
nghĩ	思う、考える
Nhằm nhò gì!	何てことない！ ちょろいものさ！
pha	加え入れる、混ぜ合わせる
phí 〜	〜料、〜費
quên	忘れる
rào	(柵で) 囲う
rót ra 〜	〜に注ぐ
sản phẩm	商品、製品
sô-cô-la	チョコレート

sống	生きる
suy nghĩ	考える
sử dụng	使用する
sự	動詞／形容詞を名詞化する働きをもつ語
tăng	増える
tiến bộ	進歩する、向上する
tiêu	（金などを）費やす
tiêu biểu	代表的な
tiêu thụ	消費する
tìm hiểu	調べる、調査する
tỉnh	省（日本では県に相当する行政単位）
tốt bụng	親切な
tuổi thọ	寿命
tớ	（親密な間柄で使う第一人称）ぼく、わたし
tuy nhiên	しかし
tư tưởng	考え、思想、イデオロギー
tượng trưng cho ~	～を象徴する
tham gia	参加する
thành ngữ	慣用句
thân thuộc với ~	～に馴染みのある
thất bại	失敗する
theo	ついていく；従う；～によると
thị trường	市場、マーケット
thông dụng	広く使われる
thu hút	引き付ける、呼び込む
thủ tục	手続き
thức ăn	食べ物、惣菜
triệu	100万
trọng lượng	重さ
Trời!	なんてこった！
trung bình	平均的な
trực tiếp	直接
trực tuyến	オンライン
trước đây	以前

ứng biến	応変する
vận chuyển	運送する
xấu hổ	恥ずかしい
xếp hàng	並ぶ
xuất hiện	出現する
xuất khẩu	輸出する
y học	医学
ý chí	意志
yêu cầu	求める、要求する

文法解説

1. bất cứ/bất kì ~

☞ bất cứ/bất kì ~ nào cũng ~
「どの～も全部～」

Tại Việt Nam, **bất cứ** căn bếp **nào cũng** có nước mắm.
ベトナムでは、どのキッチンにもヌクマムがあります。
Trong lớp này, **bất cứ** sinh viên **nào cũng** nói được tiếng Anh.
このクラスでは、どの学生も英語を話すことができます。
Bất kì bài hát **nào** của cô ấy tôi **cũng** thích.
彼女のどの曲も私は好きです。
Bất kì món **nào** mẹ tôi nấu **cũng** ngon.
母が作る料理はどれも美味しいです。

☞ bất cứ/bất kì điều gì
「どのようなことでも」
bất cứ/bất kì ai
「誰でも」
bất cứ/bất kì khi nào/lúc nào
「いつでも」

Phải suy nghĩ kỹ trước khi làm **bất kì điều gì**.

どのようなことでもやる前に慎重に考えなければなりません。

Giờ đây, chúng ta có thể mua sắm trực tuyến **bất cứ thứ gì**, vào **bất cứ lúc nào**.

今日、私たちは何でもいつでもオンラインで買い物をすることができます。

「bất cứ/bất kì điều gì」、「bất cứ/bất kì ai」、「bất cứ/bất kì khi nào/lúc nào」
が文頭に置かれる場合、cũng が加わります。

Bất cứ ai cũng đã từng thất bại.

誰でも失敗したことがあります。

2. tùy/tùy theo/tùy thuộc vào ~
「〜によって」「〜次第で」

Tùy cơ ứng biến.

機に臨み変に応ずる。

Phí vận chuyển thay đổi **tùy theo** kích thước và trọng lượng.

配送料は大きさや重さによって変わります。

Sống để ăn hay ăn để sống? Câu trả lời **tùy thuộc vào** cách suy nghĩ của mỗi người.

食べるために生きるか、生きるために食べるか？ 答えは一人一人の考え
方によって異なります。

3. ~ đến mức/đến nỗi ~
「〜ほど〜」

Chị ấy hát hay **đến mức** ai cũng khen.

彼女は誰もが褒めるほど歌が上手いです。

Bài tập về nhà nhiều **đến mức** học sinh muốn khóc.

宿題は生徒が泣きたいほど多いです。

Khi tôi đỗ đại học, mẹ tôi mừng **đến nỗi** không ngủ được.

私が大学に合格した時、母は眠れないほど喜んでいました。

Anh Tanaka nói tiếng Việt giỏi **đến nỗi** mẹ tôi nghĩ rằng anh ấy là người Việt.

田中さんは母が彼がベトナム人だと思っているほどベトナム語を上手に話
しています。

前件の主語と後件の主語が同一の場合には、後件の主語を省略できます。

Tôi mệt **đến mức** không thể nói chuyện.

私は話ができないほど疲れました。

Em gái tôi mải đọc sách **đến nỗi** quên ăn.

妹は食べるのを忘れるほど読書に夢中になりました。

4. hàng ～
大きいが不特定の数を表す機能語「何～も～」

Hành khách phải xếp hàng chờ **hàng** giờ tại sân bay để làm thủ tục.

乗客は手続きを行うために空港で何時間も並んで待たなければなりません。

Vào ngày 14 tháng 2, cô ấy được tặng **hàng** chục hộp sô-cô-la.

2月14日に彼女は数十箱のチョコレートを贈られました。

Ở tỉnh này có **hàng** nghìn ngôi đền **hàng** trăm năm tuổi.

この県には築数百年もの神社が何千社もあります。

Năm ngoái, công ty tôi bị lỗ **hàng** triệu yên do lượng khách du lịch giảm.

昨年、我が社は観光客の減少により数百万円の損失を被りました。

5. ～ đâu ～ đấy/đó、～ bao nhiêu ～ bấy nhiêu; ～ chừng nào ～ chừng ấy、～ nào ～ ấy/nấy、～ sao ～ vậy
前件と後件との呼応関係を表す表現

☞ **～ đâu ～ đấy/đó**
前件と後件における場所の対応を表す表現「どこ～(よ)うとも～そこ～」

Không ít cha mẹ vẫn giữ tư tưởng "cha mẹ đặt **đâu**, con ngồi **đấy**".

「親は子をどこに置こうとも、子はそこに座る」という考えをまだ持ってい
る親は少なくないです。

※ Cha mẹ đặt đâu, con ngồi đấy：[慣用句] 直訳は「親は子をどこに置こ
うとも、子はそこに座る」（＝親には子供の結婚相手を決める権限がある）

Em đi **đâu** thì anh theo **đó**.

君がどこへ行こうとも私はそこへついていきます。

Ở **đâu** có ý chí, ở **đó** có con đường.

意志がどこにあろうともそこに道があります。

☞ ~ bao nhiêu ~ bấy nhiêu; ~ chừng nào ~ chừng ấy
前件と後件における程度の対応、相関関係を表す表現「〜分だけ〜」

Chị muốn mua **bao nhiêu** thì tôi sẽ bán cho chị **bấy nhiêu**.
あなたが買いたい分だけ私は売ります。
Chồng tôi uống nhiều **chừng nào** thì nói nhiều **chừng ấy**.
夫は飲んだ分だけしゃべります。
Đặt khách sạn sớm **bao nhiêu** thì giá rẻ **bấy nhiêu**.
ホテルの予約は早い分だけ値段が安くなります。

☞ ~ nào ~ ấy/nấy
前件と後件における対象や主体の対応を表す表現「その〜はその〜
が〜」「どの〜であろうとも、その〜」

Mùa **nào**, thức **nấy**.
［慣用句］その季節にはその食べ物があります。
Ăn cây **nào**, rào cây **ấy**.
［慣用句］食べる木がどの木であろうとも、その木を柵で囲って守ります。
Tiền của người **nào** thì người **ấy** tiêu.
その人のお金はその人が使います。

☞ ~ sao ~ vậy
前件と後件における方法または様子の対応を表す表現「どのように〜
（よ）うと、そのように〜」

Trần **sao**, âm **vậy**.
［慣用句］この世はどんな様子であろうと、あの世はそれと同じ様子である。
Giám đốc yêu cầu **sao**, tôi làm **vậy**.
社長がどのように求めようと、私はそのようにします。
Tôi nói **sao** thì nó cũng nói **vậy**.
私がどのように言おうと、あいつもそのように言います。

練習問題

I. 次の（　　）に最も適切な名詞を ☐ から選びなさい。

1. Bất kì (　　) nào cũng có lúc bất hoà.
2. Nó xấu hổ đến mức không muốn gặp bất cứ (　　) nào.
3. Anh ấy luôn bình tĩnh trong bất kì (　　) nào.
4. Bất kì (　　) nào cũng cần tìm hiểu thị trường.
5. Bất kì (　　) nào của Nhật Bản cũng có chất lượng rất tốt.

doanh nghiệp	hoàn cảnh	sản phẩm	người	gia đình

II. 「~ đến mức/đến nỗi ~」を使って 2 つの文をつなぎ合わせなさい。

1. Thời tiết Sa Pa thay đổi nhanh. Ai cũng ngạc nhiên.

   →

2. Trời lạnh. Nước đóng băng.

   →

3. Nhà hàng này đông khách. Chúng tôi phải đặt trước hàng tháng.

   →

4. Anh ấy lười biếng. Anh ấy chưa từng dọn dẹp một lần nào cả.

   →

5. Chị ấy tốt bụng. Tuy chị ấy bận nhưng vẫn giúp tôi.

   →

III. 前件と後件との呼応関係を表す表現を使って 2 つの文をつなぎ合わせ なさい。

1. Anh mua hàng ở đâu. Anh trả lại.

   →

2. Y học tiến bộ. Tuổi thọ trung bình tăng.

   →

3. Em thích bộ áo dài. Anh mua bộ áo dài.

   →

4. Thầy hỏi câu hỏi. Tôi trả lời câu hỏi.

   →

5. Anh đối xử với tôi như thế. Tôi đối xử với anh như thế.

   →

Ⅳ．次の会話が成り立つように、（　　）内の語句を並べ替えて書きなさい。

A: (trứng gà / năm / có thể / ăn / Tớ/ thích / quả / đến mức).

B: Giỏi thế! (quả / trứng chim cút / được / chỉ / thích / tớ / ăn / nhưng / ăn / ba / cùng một lúc / Tuy).

C: Nhằm nhò gì! (trứng / có thể / cũng / tớ / đấy / Bất kì / lúc / nào / ăn / hàng trăm / quả)! (bao nhiêu / bấy nhiêu / Mẹ tớ / ăn / nấu / thì /tớ).

A, B: Trứng gì thế?

C: Trứng cá!

A, B: Trời!!!

Ⅴ．本文を読んで、次の問いに対する答えとして最も適切なものを①、②、③、④の中から１つ選びなさい。

1. Nước mắm được làm từ nguyên liệu gì?
   ① Nước và cá biển
   ② Nước và muối
   ③ Cá biển và muối
   ④ Cá biển và cơm

2. Nước tương được làm từ nguyên liệu gì?
   ① Nước và đậu nành
   ② Nước và lúa mì
   ③ Lúa mì và muối
   ④ Đậu nành, lúa mì và muối

3. Câu nào phù hợp nhất với nội dung bài khoá?
   ① Ở Việt Nam chỉ có một loại nước mắm.
   ② Nước tương chỉ được sử dụng ở Nhật Bản.
   ③ Ở Việt Nam, từ "nước mắm" được sử dụng để mô tả khuôn mặt điển hình của người Việt.
   ④ Nước tương được làm từ nguyên liệu khác nước mắm.

和訳

ベトナムのヌクマムと日本の醤油

　ヌクマムは一種の調味料だけでなく、ベトナム料理の象徴でもある。ヌクマムは、海水魚と塩から作られる。料理の味付けで使われたヌクマムにせよ、ヌクマムにつける必要がある惣菜の種類によって混ぜ合わせられたヌクマムのお椀にせよ、料理が載せてあるどのお盆にもヌクマムの姿が見える。料理が載せてあるお盆の真ん中に置かれたヌクマムのお椀は、また、家族みんなの分かち合いを象徴している。ヌクマムはベトナム人にとって、例えば「ヌクマムの瓶を測り、シャロットの漬物を数える（＝家族に対してドケチな性格）」、「カタクチイワシはヒラより美味しい。ホンのヌクマムに夢中になったので、あたしは母を置いて、あなたについていく。」などのように、慣用句や歌謡において出現するほど馴染のあるものである。

　醤油は日本で最も使われている調味料である。醤油は、大豆、小麦、塩から作られる。ベトナムのヌクマムと同じように、醤油は直接つけたり、食べ物を味付けたり、またほかの調味料と合わせて、異なる複数の料理に適したたれを作り出すために使用される。しかし、醤油は通常、各人用に小皿に注がれる。ベトナムのように家族

みんなが一緒のたれのお椀を使うわけではない。日本では、「醤油」という言葉はまた、日本人の典型的な顔を描写するために使われる。最も代表的な醤油顔をした芸能人の投票が毎年行われ、参加者を何千人も呼び込む。

　以前は、ベトナムのヌクマムと日本の醤油は主に国内の市場でしか消費されていなかったが、今では世界中に輸出されている。ベトナム人がいるところにはヌクマムがあり、日本人がいるところには醤油があると言えよう。

ヌクマム博物館

　Làng Chài Xưa（昔の漁村）は、沿海南中部ビントゥアン省ファンティエット市にあるベトナム初のヌクマム博物館です。総面積は1,600平方メートルで、テーマごとに14のスペースに分かれており、古代ファンティエット漁村の300年の歴史を生き生きと再現しています。博物館の訪問者は、展示物を見るだけでなく、漁師や製塩農家のなりきり体験を楽しんだり、沿岸地域の生活ぶりをテーマにしたパフォーマンスを鑑賞したりすることができます。

ヌクマムのお椀が載せてある家庭料理のお盆

フォーとブンの違い

　ベトナムの麺類というと、Phở（フォー）を思い浮かべる人が多いでしょう。しかし、世界有数の米どころベトナムには、フォー以外に米粉から作られた麺がたくさんあります。その中でもフォーと同じくベトナム人のソウルフードとされるのが Bún（ブン）です。

　フォーとブンは形も製法も異なっています。フォーは断面が長方形で、色が不透明な白です。一方、ブンは断面が丸く、色が真っ白です。フォーは、米粉を水で溶いてから蒸し器の上にクレープ状に広げて、蒸した生地を切って作ります。一方、ブンは、水溶きした米粉を発酵させ、沈殿物に熱湯を混ぜて固めて、小さな穴から糸状に押し出してからすぐに沸騰した鍋で約1分間茹でます。発酵工程によりブンにはフォーにないほんのりとした独特の酸味があります。

フォーボー（牛肉のフォー）

ブンチャー（炭火焼肉つけ麺）

ブンボーフエ（古都フエのピリ辛牛肉麺）

Bài 3

Áo dài và kimono 🔊 05

*Đẹp **biết bao**! Quê hương cho ta chiếc áo nhiệm màu*
Dù ở đâu, Pa-ri, Luân Đôn hay những miền xa
Thoáng thấy áo dài bay trên đường phố
Sẽ thấy tâm hồn quê hương ở đó, em ơi…

Hễ nghe bài hát *Một thoáng quê hương* của nhạc sĩ Từ Huy và nhạc sĩ Thanh Tùng là những người con đất Việt lại trào dâng niềm tự hào và tình yêu đất nước. Áo dài là trang phục truyền thống của Việt Nam. Một bộ áo dài gồm áo và quần. Cổ áo cổ điển cao khoảng 3 đến 4 cm, tay áo dài đến cổ tay, tà áo gồm 2 tà, được xẻ từ eo. Tà áo dài nữ dài đến gần cổ chân, còn tà áo dài nam dài quá đầu gối. Áo dài nữ thường được may ôm sát, còn áo dài nam thường suông thẳng đứng. Quần dài từ eo cho đến mắt cá chân hoặc gót chân, ống quần rộng.

Áo dài Việt Nam và kimono Nhật Bản tôn vinh vẻ đẹp của người phụ nữ theo những cách khác nhau. Kimono giấu hết phần eo và thể hiện sự nữ tính bằng khoảng hở ở phần gáy, còn áo dài Việt Nam phô diễn đường nét cơ thể và để lộ một chút phần eo.

Ở Nhật, thông thường, nếu muốn **tự** mặc kimono và mặc cho người khác thì phải học tại trường dạy cách mặc kimono. Trong khi đó, ở Việt Nam, áo dài có thể **khiến** người mặc lúng túng vào lần mặc đầu tiên, nhưng sau đó, ai cũng có thể tự mặc lấy **một cách** dễ dàng. Đây cũng là một trong những lý do **làm cho** áo dài gắn liền với cuộc sống thường ngày của rất nhiều người Việt. Tại Hội nghị cấp cao APEC 2006, các nhà lãnh đạo, bao gồm thủ tướng đương thời Abe Shinzo, đã mặc áo dài do Chủ tịch nước Việt Nam trao tặng.

Áo dài và kimono ngày càng đa dạng về kiểu dáng và màu sắc nhưng vẫn giữ được nét riêng, không thể lẫn với trang phục của dân tộc khác.

語彙 🔊 06

ăn chay	菜食する
âm nhạc	音楽（nhạc 単独でも使われることがある）
bạc trắng	（髪が）真っ白な
bản thân	自身
bao gồm	含む
cá chép	鯉
cách	離れる、隔たる；仕方、方法
cảm động	感動する
còi	ホーン、クラクション
con cái	（父母との関係の中で捉える）子供
cố định	安定した
cổ áo	襟
cổ chân	足首
cổ điển	古典的な
cổ tay	手首
cơ thể	体
cờ	旗 cờ cá chép：鯉のぼり
cuộc sống thường ngày	日常生活

chả cá	ベトナムの魚料理（「魚の炒め焼」と「さつま揚げ」の 2 種類がある） chả cá Lã Vọng：味付けした魚を炭火焼した後、油で揚げたハノイの名物料理
chia cắt	分割する、分離する
chiến tranh	戦争
chịu	受ける；耐える
chu đáo	配慮の行き届いた、思いやりのある
chủ tịch nước	国家主席
chuyên gia	専門家
chương trình truyền hình	テレビ番組
dân tộc	民族
dễ dàng	容易に
dịp	機会、チャンス
dõng dạc	堂々
đa dạng	多様な、豊富な
đau xót	悲痛な
đặc biệt	特別な
đầu gối	膝
đầu tiên	最初の、最初に
đen đủi	運が悪い
để lộ	露出する
đoán	推測する、当てる
đương thời	当時の
đường nét	輪郭
đường phố	街路
eo	ウエスト、腰回り
gáy	うなじ
gắn liền với ～	～に密着する
gót chân	かかと
gồm ～	～から成る、～を含む
giải quyết	解決する
giải thích	説明する
giật mình	驚く、ギョッとする

giấu	隠す
~ hết	全部～する
hồi hộp	（期待や緊張などで）ドキドキする
Hội nghị cấp cao APEC	アジア太平洋経済協力会議（APEC）閣僚・首脳会議
hùng vĩ	雄大な
hư	聞き分けのない、腕白な
kiểu dáng	意匠
khoảng hở	開口部、露出部、隙間
lẫn với ~	～と混同する
Luân Đôn	ロンドン（イギリスの首都）
luật sư	弁護士
lúng túng	当惑する
lương	給料
lý do	理由
màu sắc	色、色彩
may	（服を）作る、仕立てる
mắt cá chân	くるぶし
mét	メートル
miền	地方、地域
Mộ đom đóm	『火垂るの墓』（アニメ映画）
một chút	少し、ちょっと
một thoáng	一瞬、瞬間
năng lực	能力
nét riêng	独自の特徴
niềm tự hào	誇り
nói dối	嘘をつく
nuôi dạy	（子供を）育てる
nữ tính	女性らしい
nước mắt	涙
ngành	部門、業界
ngày càng	日増しに
ngập	洪水
người con đất Việt	ベトナムの子ら（修辞的表現）

nhà lãnh đạo	指導者、統率者、リーダー
nhà tuyển dụng	人材採用担当者
nhanh chóng	迅速な、速やかな
nhắc đến ~	～について言及する
nhận	受け取る
nhiệm màu	不思議な、幻想的な
ôm sát	ぴったりフィットする
ống quần	ズボンの裾幅、裾囲
Pa-ri	パリ（フランスの首都）
phim hoạt hình	アニメーション
phô diễn	見せる、見せつける、誇示する
quá	上回る、超える；～すぎる、あまりに
quê hương	故郷
quyết tâm	決心、決意
rơi	落ちる làm rơi：落とす rơi nước mắt：涙を流す
suối nước nóng	温泉
suông thẳng đứng	（服のシルエットが）真っ直ぐ
ta	我々
tà áo	身頃 tà trước：前身頃 tà sau：後ろ身頃
tay áo	袖
tâm hồn	心、魂
tê liệt	麻痺する
tiện lợi	便利な
tình yêu đất nước	祖国愛
tóc bạc	白髪
tôn vinh	称賛する、褒めたたえる
tuyệt vời	素晴らしい
Thì ra là vậy!	なるほど！　そういうことでしたか！
thiếu nhi	小児、子供
thoải mái	快適な、心地良い

thoáng thấy	一瞬見える
thông thường	通常
thủ tướng	首相、総理大臣
thuê	雇う
trao tặng	贈呈する（改まった表現）
trào dâng	込みあげる
treo	掲げる
truyền thống	伝統的な
ưu điểm	長所
ứng viên	候補者
vất vả	大変な、骨がおれる
vẻ đẹp	美しさ
voi	象
xe tải	トラック
xẻ	長いまっすぐの切り目を入れる đường xẻ：スリット
xen-ti-mét	センチメートル

文法解説

1. ~ (thật/thật là) ~ biết bao!/biết mấy!/biết chừng nào!/làm sao!
感嘆文「なんて〜ことでしょう」

Nếu đỗ Kỳ thi Năng lực tiếng Việt thì **thật** vui **biết mấy**!

ベトナム語能力試験に合格できたら、なんて嬉しいことでしょう。

Nhiều gia đình bị chia cắt do chiến tranh. **Thật là** đau xót **biết chừng nào**!

多くの家族が戦争によって散りぢりになりました。なんて悲痛なことでしょう。

Ôi! Món quà **thật** tuyệt vời **làm sao**!

わあ！　なんて素晴らしい贈り物でしょう。

thật/thật là と biết bao!/biết mấy!/biết chừng nào!/làm sao は片方を省略する
こともできます。

Nuôi dạy con cái **thật là** vất vả **biết bao!**

= Nuôi dạy con cái **thật là** vất vả!

= Nuôi dạy con cái vất vả **biết bao!**

子供を育てるのはなんて大変なことでしょう。

「～ mới ～ làm sao!」という表現もあるが、予想を大きく上回るというニュ
アンスが加わります。

Núi Phú Sĩ **mới** hùng vĩ **làm sao!**

富士山はなんて雄大なことでしょう。

Trời ơi! Món này **mới** dở **làm sao!**

なんてこった！　この料理はなんてまずいことでしょう。

2. hễ/cứ ~ là ~
「～するとき、必ず～する」「～たびに～」

Hễ có tiền **là** họ đi du lịch.

彼らはお金があるとき、必ず旅行に行きます。

Hễ nhắc đến chương trình truyền hình đặc biệt vào dịp Tết **là** người Việt sẽ
nghĩ đến *Gặp nhau cuối năm*.

テトの特別テレビ番組について言及すると、ベトナム人は「年末の集い」
を思い浮かべます。

Cứ mưa to **là** đường phố Hà Nội bị ngập.

大雨が降ると、ハノイの街路は洪水に見舞われます。

Cứ gần đến Ngày Thiếu nhi **là** người Nhật sẽ treo cờ cá chép.

こどもの日が近づくと、日本人は鯉のぼりを掲げます。

3. khiến (cho) ~/làm (cho) ~
因果関係を表す使役表現

Tiếng còi xe tải **khiến** tôi giật mình.

トラックのホーンの音が私を驚かせました。

Câu hỏi của nhà tuyển dụng đó luôn **khiến cho** nhiều ứng viên lúng túng.
その人材採用担当者の質問はいつも多くの候補者を当惑させます。
Bức thư của mẹ **làm** tôi cảm động đến mức rơi nước mắt.
母からの手紙は（私が）涙を流すほど私を感動させました。
Covid-19 đã **làm cho** ngành du lịch tê liệt.
Covid-19 は観光業を麻痺させました。

初級では、bắt（強制的に〜させる）および cho（本人が〜したいと望むので〜させる）という使役表現が紹介されているが、bắt も cho も文全体の主語にはもっぱら人がきます。それに対して、khiến (cho) /làm (cho) の構文は、多くの場合、主語が無生物で、因果関係を示すのが特徴です。
また、日本語では、「落ちる、落とす」「壊れる、壊す」「無くなる、無くす」「破れる、破る」「汚れる、汚す」「割れる、割る」など自動詞と他動詞の両方がある動詞が存在します。しかし、ベトナム語では、このような自他のペアを持たず、làm rơi（落とす）、làm hỏng（壊す）、làm mất（無くす）、làm rách（破る）、làm vỡ（割る）のように自動詞を他動詞化する方法として làm がしばしば用いられます。自動詞を他動詞化する làm の機能とここで紹介されている使役表現を区別する必要があります。

4. một cách ~
二音節形容詞（đỏ au（真っ赤）、trắng xoá（真っ白）、xanh ngắt（真っ青）や tròn xoe（真ん丸）などの絶対形容詞を除く）を副詞化する方法

Chúng tôi nói chuyện **một cách** vui vẻ.
私たちは楽しく話しました。
Nếu muốn giải quyết **một cách** nhanh chóng thì anh nên thuê luật sư.
迅速に解決したければ、あなたは弁護士を雇った方がいいです。
Anh ấy giải thích **một cách** rõ ràng đến nỗi chuyên gia cũng ngạc nhiên.
専門家も驚くほど彼は明確に説明しました。
Tuy rất hồi hộp nhưng anh ấy đã trả lời các câu hỏi **một cách** dõng dạc.
とても緊張していたにもかかわらず、彼は堂々と各質問に答えました。

5. tự ~ / ~ lấy / tự ~ lấy
「自分で~する」

Tự làm thì **tự** chịu.

自業自得。

Tôi **tự** may quần áo.

= Tôi may quần áo **lấy**.

= Tôi **tự** may quần áo **lấy**.

= Tôi **tự** may **lấy** quần áo.

私は自分で服を作ります。

▌練習問題

I. 次の（　）に最も適切な形容詞を □ から選びなさい。

1. Mỹ Tâm hát mới (　) làm sao!

2. Tôi đã từng nghĩ nếu có nhiều tiền thì thật (　) biết bao.

3. Ngày hôm nay, tôi không những đi làm muộn mà còn làm rơi ví, mất chìa khoá nhà. Thật là (　) biết chừng nào!

4. Tắm suối nước nóng sau một ngày làm việc vất vả thì thật là (　) biết mấy.

5. Nhà cô ấy chỉ cách ga 100 mét. Thật là (　) biết mấy!

tiện lợi	đen đủi	hay	tốt	thoải mái

II. 「Hễ/cứ ~ là ~」と次の語句を使って文を作りなさい。

1. Đến Việt Nam + anh Tanaka đi ăn chả cá Lã Vọng.

2. Thời tiết thay đổi + tôi bị đau đầu.

3. Đi khám sức khoẻ + tôi có thêm quyết tâm tập thể thao.

4. Nhận lương + cô ấy mua một quyển sách mới.

5. Xem bộ phim hoạt hình *Mộ đom đóm* + cô ấy lại khóc.

III. 次の会話が成り立つように、( ) 内の語句を並べ替えて書きなさい。

1.

A: Mẹ ơi, vì sao mẹ có tóc bạc ạ?

B: Là do con đó. (Hễ / là / lại / tóc bạc / con / có thêm / hư / một sợi / mẹ / đầu / trên).

A: Ồ, thì ra là vậy! Bây giờ con biết vì sao tóc bà ngoại bạc trắng rồi ạ.

2.

A: (đấy / mũi con / khiến / Nói dối / dài ra).

B: Chắc là voi hay nói dối lắm, mẹ nhỉ?

A: Sao con lại nói thế?

B: Vì mũi voi dài hàng mét thế kia nên con đoán thế ạ.

IV. 次の ( ) に最も適切な語句を ☐ から選びなさい。

1. ( ), âm nhạc là ngôn ngữ chung của thế giới.

2. Anh ấy có nhiều ưu điểm, ( ) chu đáo, thông minh.

3. Cô ấy nấu nhiều món ngon quá. Tôi no ( ) không đứng lên được.

4. Từ già đến trẻ, nếu không ăn chay thì ( ) cũng biết ăn nước mắm.

5. Làm thế nào để nhớ từ mới ( ) dễ dàng?

một cách	đến mức	có thể nói	chẳng hạn như	bất cứ ai

V. 本文を読んで、次の問いに対する答えとして最も適切なものを①②③④ の中から 1 つ選びなさい。

1. Kimono có đặc điểm gì?
   ① Là trang phục chỉ dành cho phụ nữ Nhật Bản
   ② Kiểu dáng luôn luôn cố định
   ③ Được may ôm sát cơ thể người mặc
   ④ Giấu hết phần eo và để lộ phần gáy

2. Áo dài có đặc điểm gì?
   ① Là trang phục chỉ dành cho phụ nữ Việt Nam
   ② Màu sắc luôn luôn cố định
   ③ Áo dài nữ thường ôm sát cơ thể
   ④ Áo dài nữ thường suông thẳng đứng

3. Tại sao áo dài gắn liền với cuộc sống thường ngày của nhiều người Việt?
   ① Vì ở Việt Nam có trường dạy cách mặc áo dài
   ② Vì nam và nữ có thể dùng chung một bộ áo dài
   ③ Vì sau một số lần mặc, ai cũng có thể tự mặc áo dài một cách dễ dàng
   ④ Vì kiểu dáng và màu sắc của áo dài luôn cố định

▋和訳

アオザイと着物

　「なんてきれいなんでしょう！　故郷が私たちに不思議な服を与えてくれた
　　パリ、ロンドン、もしくはどこか遠い地域などどこにいても
　　街路でアオザイがなびいているのを一瞬見えると
　　そこで故郷の心を感じる、君よ……」
　作曲家トゥー・フイとタイン・トゥンの歌「Một thoáng quê hương」（故郷が見える瞬間）を聞くとベトナムの子らは誇りと祖国愛がこみ上げる。アオザイはベトナムの伝統的な服装である。アオザイ一式は、上着とズボンから成る。古典的なアオザイの襟は約3〜4cmの高さで、袖は手首までの長さであり、身頃は2つから成り、ウエストから長いまっすぐの切り目が入れられている。女性用のアオザイの身頃は足首近くまでの長さで、一方、男性用のアオザイの身頃は膝下より長い。女性用のアオザイは通常ぴったり

フィットして仕立てられ、一方、男性用のアオザイはまっすぐのシルエットである。ズボンはウエストからくるぶしまたは踵までの長さで、ズボンの裾幅は広い。

　ベトナムのアオザイと日本の着物は、それぞれ異なる方法で女性の美しさを引き立たせる。着物は腰回りをすべて隠し、うなじ部分の隙間によって女性らしさを表す一方、ベトナムのアオザイは体の輪郭を見せ、ウエスト部分を少し見せておく。

　日本では、通常、もし着物を自分で着たり他人に着させてあげたりしたいなら、着付け教室で学ばなければならない。他方で、ベトナムでは、アオザイは初めて着るときには着る人々を当惑させてしまうかもしれないが、その後はだれもが自分で簡単に着ることができる。これが、アオザイを多くのベトナム人の日常生活に密着させた理由のひとつでもある。2006年のAPEC閣僚・首脳会議で安倍晋三総理（当時）を含め、指導者たちは、ベトナム国家主席より贈られたアオザイを着た。

　アオザイと着物は日増しに意匠と色彩が多様になっているが、独自の特徴は依然として保持できており、他の民族の服装とは混同できない。

アオザイ姿の新郎新婦とその親族

Bài 4

Nhà ở 🔊 07

　　Dù kiến trúc nhà ở của Việt Nam và Nhật Bản có nhiều sự khác biệt do điều kiện tự nhiên, điều kiện kinh tế, phong tục tập quán v.v. nhưng vẫn có nhiều điểm tương đồng. Ở **cả** Việt Nam **lẫn** Nhật Bản, hướng nhà được yêu thích nhất đều là hướng Nam vì nhà hướng Nam **vừa** đón được đầy đủ ánh sáng lại **vừa** thông gió tốt. Người Việt thường nói "Lấy vợ đàn bà, làm nhà hướng Nam". Còn ở Nhật Bản, giá thuê và giá bán nhà hướng Nam thường cao hơn nhà hướng khác, dù có cùng kết cấu, ở cùng khu vực.

　　Bên cạnh đó, **không riêng gì** người Việt **mà** nhiều người Nhật **cũng** mong muốn sở hữu ngôi nhà nguyên căn liền đất. Lý do là vì **ngay cả** khi ngôi nhà xuống cấp thì giá trị của thửa đất **cũng** vẫn còn, không phải trả phí quản lý và phí đỗ xe hằng tháng v.v.

　　Nhà nguyên căn liền đất ở Nhật Bản phần lớn là kết cấu gỗ. Trong khi đó, nhà kết cấu gỗ dần dần vắng bóng ở Việt Nam, nhường chỗ cho những ngôi nhà xây dựng từ gạch và bê tông cốt thép.

　　Khi nhìn vào phía trong nhà, **có thể thấy rằng** luôn có bồn tắm trong nhà của người Nhật, dù là nhà nguyên căn liền đất hay nhà chung cư. Ngoài ra, phòng lát chiếu tatami là không gian thường gặp trong nhà ở Nhật Bản nhưng không có trong nhà ở Việt Nam. Một điểm khác biệt lớn nữa là nhà ở Việt Nam không sử dụng cửa trượt nhiều như ở Nhật Bản.

　　Ba điều vô cùng quen thuộc trong nhà Việt Nam nhưng không bắt gặp trong nhà Nhật Bản là sàn lát gạch hoa, vòi xịt vệ sinh và téc nước. Sàn lát gạch hoa phổ biến ở Việt Nam tương tự như sàn lát gỗ ở Nhật Bản. Vòi xịt vệ sinh là loại vòi phun nước bằng cách bóp tay đòn, thường được lắp đặt cùng với bồn cầu, dùng để làm sạch phần dưới cơ thể sau khi đi vệ sinh. Téc nước thường được lắp đặt trên sân thượng, dùng để chứa nước sinh hoạt phòng khi mất điện, mất nước.

語彙　　　　　　　　　　　　　　　　　　　🔊 08

ánh sáng	光、日光
Ấn Độ	インド
bài toán	数学の問題
bản dịch	訳文
bản gốc	原文
bạn cùng lớp	クラスメート
bằng chứng	証拠
bắt gặp	ばったり会う、見かける
bê tông	コンクリート
biểu đồ	グラフ
bóp	握る
bồn cầu	便器
bồn tắm	バスタブ
bún chả	ブンチャー（つけ麺料理の一種）
công dân	公民、国民
cốt thép	鉄骨、鉄筋
cửa trượt	引き戸
chăm sóc ~	～の世話をする、～の面倒を見る
chế tạo	製造する ngành công nghiệp chế tạo：製造業

chiếu Tatami	畳
chứa	含有する、収容する
dân số	人口
dần dần	徐々に
dịch vụ	サービス
dịu dàng	優しい、温和な
đàn bà	（生物学的な視点から）大人の女性 Lấy vợ đàn bà, làm nhà hướng Nam：［諺］嫁をもらうなら大人の女性を、家を建てるなら南向きを
đạo diễn	（映画やテレビ番組などの）監督
đạt	達する
đầy đủ	十分に
đi vệ sinh	用を足す
điều kiện kinh tế	経済条件
điều kiện tự nhiên	自然条件
đón	迎える
đỗ xe	駐車する
đối mặt với ~	～に直面する
đơn giản	簡単な
gạch	煉瓦
gạch hoa	タイル
gây	引き起こす
gỗ	木材
già hoá	高齢化する
giá bán	価格
giá thuê	賃貸料金
giá trị	価値
hại	害、害する
hiểu lầm	誤解する
hoàn hảo	完璧な
học tập	学習する
hướng	向き

kết cấu	構造 kết cấu gỗ：木造 kết cấu bê tông cốt thép：鉄筋コンクリート造
kết quả	結果
kiến trúc	建築
kiệu	みこし
khả năng	可能性
khó khăn	困難
không gian	空間
làm sạch	清潔にする
lát	敷く
lắp đặt	設置する、備え付ける
lấy vợ	（男性が）結婚する lấy chồng：（女性が）結婚する
lễ hội	祭礼、祭り lễ hội Tenjin：天神祭り
luộc	茹でる
mất điện	停電
mất nước	断水
mong muốn	望む
môi trường	環境
nam giới	男性
nữ giới	女性
nước sinh hoạt	生活用水
ngoài ra	さらに、それに
người bản xứ	本国人、ネイティブスピーカー
nhà chung cư	マンション
nhà nguyên căn liền đất	戸建て
nhà ở	住宅
nhắn tin	（携帯電話で）メールを打つ
nhu cầu	需要、ニーズ
nhường chỗ cho ~	～に席を譲る
phát triển	開発する、発展する kém phát triển：未発達な

phân biệt	区別する、見分ける
phân tích	分析する
phần dưới cơ thể	下半身
phần trăm	パーセント
phẩy	コンマ(ベトナムでは小数点はコンマ(,)を使い、数字の三桁ごとを示すのはピリオド (.) を使う)
phòng khi ~	～の時に備えて
phong tục tập quán	風俗習慣
phổ biến	普及する、どこにでもある
phun	噴射する phun nước：噴水する
quen thuộc	なじんだ、親しみがある
quyền lợi	権利
sàn	床
sản xuất	生産する
sân thượng	屋上
sinh đôi	双子
sở hữu	所有する
tay đòn	レバー
tấm pin năng lượng mặt trời	ソーラーパネル
téc nước	貯水タンク
tốc độ	速度
tử vong	死亡する
tương đồng	似通う điểm tương đồng：類似点
tương tự như ~	～と同様に
Thái Lan	タイ（国名）
thông gió	風通し
thủ phạm	犯人
thửa	土地や畑などに添える類別詞 thửa đất：（一筆の）土地 thửa ruộng：（一枚の）田んぼ、畑
trách nhiệm	責任

vác	担ぐ
vắng bóng	姿を消す
vấn đề	問題
vật liệu	材料、資材
vòi xịt vệ sinh	ビデスプレーガン
vô cùng	非常に
vượt (qua)	超える
xem nhẹ	見くびる、軽視する
xuống cấp	劣化する、老朽化する
yêu mến	（恋愛感情は持たず、友人などとして）好き
yêu thích	気に入る、好む

▌文法解説

1. cả ~ và/lẫn ~
「~も~も」

Tôi đọc **cả** báo tiếng Việt **và** báo tiếng Nhật.
私はベトナム語の新聞も日本語の新聞も読みます。
Công ty chúng tôi tuyển dụng **cả** nam **lẫn** nữ.
当社は男性も女性も採用します。

「cả ~ và/lẫn ~」が文頭に置かれる場合、よく「đều ~」が加わり、「cả ~ và/lẫn ~ đều ~」となります。
Cả áo dài **và** kimono **đều** ngày càng đa dạng về kiểu dáng.
アオザイも着物も日増しに意匠が多様になっています。
Cả tôi **lẫn** cô ấy **đều** không biết nói tiếng Pháp.
私も彼女もフランス語を話せません。
Cả tuần trước **lẫn** tuần này, giám đốc **đều** đi công tác.
先週も今週も、社長は出張に行きます。

2. vừa ~ vừa ~

☞ vừa + ［動詞 1］ + vừa + ［動詞 2］
「～しながら～する」

Cô ấy **vừa** đi **vừa** khóc.
彼女は泣きながら歩いていました。
Vừa ăn **vừa** xem ti vi là một thói quen xấu.
テレビを見ながら食べるのは悪い習慣です。

☞ vừa + ［形容詞 1］ + (lại) vừa + ［形容詞 2］
「～だし、（また）～だ」

Phòng này **vừa** gần ga **vừa** rộng nên giá thuê đắt hơn các phòng khác.
この部屋は駅に近いし、広いので、他の部屋より家賃が高いです。
Chị Vy **vừa** thông minh **lại vừa** dịu dàng nên cả giáo viên và bạn cùng lớp
đều yêu mến chị ấy.
ヴィさんは頭がいいし、優しいので、教師もクラスメートも彼女が好きです。

☞ vừa là + ［名詞 1］ + vừa là + ［名詞 2］
「～でもあるし、また～でもある」

Học tập **vừa là** quyền lợi, **vừa là** trách nhiệm của công dân.
学習は国民の権利でもあるし、責任でもあります。
Gỗ **vừa là** vật liệu để làm nhà, **vừa là** nguyên liệu sản xuất giấy.
木は家を建てるための材料でもあるし、製紙の原料でもあります。

3. không/chẳng riêng gì ~ mà (cả) ~ cũng ~
「～だけでなく～も」「～に限らず～も」

Không riêng gì Việt Nam **mà** các nước đã phát triển **cũng** đang đối mặt với
vấn đề môi trường.
ベトナムだけでなく先進国も環境問題に直面しています。

Chẳng riêng gì người Việt **mà cả** khách du lịch nước ngoài **cũng** thích món bún chả.

ベトナム人だけでなく、外国人観光客もブンチャーが好きです。

「Chẳng ~」も「không ~」も否定するために使われる表現です。しかし、「chẳng ~」の方が否定の意味合いが強くて、「決して～ない、全く～ない」に当たります。しかし、改まった場面では「không ~」の方が広く使われます。

Tôi **chẳng** biết tiếng Nhật.

私は日本語が全く分かりません。

Chúng ta **chẳng** thể xem nhẹ việc học ngoại ngữ.

私たちは外国語学習を軽視することは決してできません。

4. ngay cả/thậm chí ~ cũng ~
　　「～でさえ～」

Ngay cả chuyên gia **cũng** không trả lời được câu hỏi này.

専門家でさえこの質問に答えることはできません。

Thậm chí vợ anh Tài **cũng** không biết anh ấy đã đi đâu.

タイさんの奥さんでさえ、彼がどこに行ったのか知りませんでした。

Hai chị em sinh đôi đó giống nhau đến mức **ngay cả** bố mẹ **cũng** không phân biệt được.

その双子の姉妹は、両親でさえ区別することができないほど似ています。

「ngay cả/thậm chí ~ cũng ~」を目的語の名詞とともに文頭に置くことができます。

Thậm chí tên anh ta tôi **cũng** không nhớ.

彼の名前すら私は覚えていません。

Tôi sống ở Tokyo nhưng tôi chỉ đi làm. **Ngay cả** Asakusa tôi **cũng** chưa đi bao giờ.

私は東京に住んでいますが、仕事に行くだけです。浅草でさえ私は行ったことがありません。

上記の例文のように、ngay cả/thậm chí の後ろに名詞が来て、かつ極端な例を挙げて、そのほかについても勿論そうだという意味合いを表す場合、thậm chí を ngay cả で置き換えることができます。しかし、下記の例文のように常識外の例を挙げて前に述べられた事柄を強調させる場合、thậm chí を ngay cả で置き換えることができません。

1) Hút thuốc lá có hại cho sức khỏe, **thậm chí** gây tử vong.
   喫煙は健康に有害であり、死をもたらすことさえあります。
2) Năm nay, GDP Việt Nam sẽ đạt đến 7%, **thậm chí** có khả năng vượt 7,5%.
   今年、ベトナムの GDP は 7%に達し、7.5%を超える可能性さえあります。
3) Cô ấy nói tiếng Việt rất giỏi, **thậm chí** hoàn hảo hơn nhiều người bản xứ.
   彼女はベトナム語をとても上手に話し、多くのネイティブスピーカーよりも完璧です。
4) Anh Minh hoàn toàn không biết nấu ăn. **Thậm chí** anh ấy không biết cách luộc trứng.
   ミンさんは全く料理ができません。彼は卵の茹で方さえ分かりません。

例文 4) では、thậm chí の後ろに名詞が来ているが、そのまま ngay cả で置き換えることができません。「ngay cả/thậm chí ～ cũng ～」を使う場合、以下のように書き直す必要があります。

4') Anh Minh hoàn toàn không biết nấu ăn. **Ngay cả/Thậm chí** cách luộc trứng anh ấy **cũng** không biết.

5. có thể thấy rằng ~
「～ことがわかる」

Với những bằng chứng này, **có thể thấy rằng** anh ta là thủ phạm.
これらの証拠から、彼が犯人であることがわかります。
Từ kết quả phân tích, **có thể thấy rằng** nhu cầu nhà ở vẫn rất cao.
分析結果から、住宅需要は依然として非常に高いことがわかります。

Khi nhìn vào biểu đồ này, chúng ta **có thể thấy rằng** dân số Việt Nam đang già hóa với tốc độ nhanh chưa từng thấy.

このグラフを見ると、私たちは、ベトナムの人口が前例のない速度で高齢化していることがわかります。

練習問題

I. 「cả ~ và/lẫn ~」と次の語句を使って文を作りなさい。

1. tiếng Nhật / tiếng Trung / thú vị
2. cô ấy / chồng cô ấy / giỏi tiếng Anh
3. hôm qua / hôm nay / mưa
4. em tôi có thể nấu / món ăn Việt Nam / món ăn Thái Lan
5. tôi sẽ gửi cho chị / bản gốc / bản dịch

II. 「vừa ~ vừa ~」と次の語句を使って文を作りなさい。

1. Chị Vy / làm việc / nghe nhạc.
2. Món nem / ngon / dễ làm.
3. Trong bộ phim này, ông ấy / diễn viên / đạo diễn.
4. Chị ấy / chăm sóc con cái / làm việc ở công ty.
5. Chúng ta không nên / đi bộ / nhắn tin.

III. 「Không/Chẳng riêng gì ~ mà cả ~ cũng ~」と次の語句を使って文を作りなさい。

1. nhà tôi / những nhà khác trong khu vực này / lắp đặt tấm pin năng lượng mặt trời
2. trong Lễ hội Tenjin / nam giới / nữ giới / vác kiệu
3. người già / trẻ em và thanh niên / nên đi khám răng định kỳ
4. người nước ngoài / người Nhật / không biết cách đọc của chữ Hán này

5. ngành dịch vụ / ngành công nghiệp chế tạo / gặp nhiều khó khăn do Covid-19

IV. 日本語と同様の意味になるようにベトナム語を並べ替えなさい。

1. cũng / ngay cả / bộ phim đó / khóc / bố tôi / cảm động / đến mức
   (その映画は父でさえ泣いたほど感動的でした。)

2. thậm chí / tôi / cũng / hiểu lầm / người bạn thân nhất
   (一番の親友でさえ私を誤解しました。)

3. vì / nên / ngay cả / anh ta / cũng / không / lười học / được / những câu hỏi / đơn giản / trả lời
   (彼は勉強を怠ったので、簡単な質問でさえ答えることができません。)

4. ngay cả / bài toán này / lúng túng / đến mức / thầy giáo / khó / cũng
   (この数学の問題は先生でさえ当惑するほど難しかったです。)

5. thậm chí / chị ấy / cũng / ăn / được / món / Ấn Độ / nấu
   (彼女はインド料理でさえ作ることができます。)

V. 本文を読んで、次の問いに対する答えとして最も適切なものを①②③④の中から１つ選びなさい。

1. Vì sao cả người Việt và người Nhật đều thích nhà hướng Nam?
   ① Vì nhà hướng Nam đón được nhiều ánh sáng và thông gió tốt
   ② Vì nhà hướng Nam rẻ hơn nhà hướng khác
   ③ Vì nhà hướng Nam không phải trả phí quản lý
   ④ Vì nhà hướng Nam không phải trả phí đỗ xe

2. Nhà ở của Việt Nam và Nhật Bản giống nhau ở điểm nào?
   ① Tất cả đều là hướng Nam.
   ② Phần lớn là kết cấu gỗ.
   ③ Phần lớn là kết cấu bê tông cốt thép.
   ④ Có cả nhà nguyên căn liền đất và nhà chung cư.

3. Nhà ở của Việt Nam và Nhật Bản khác nhau ở điểm nào?
    ① Nhà ở Việt Nam không sử dụng sàn lát gạch hoa nhiều như nhà ở Nhật Bản.
    ② Nhà ở Việt Nam không sử dụng cửa trượt nhiều như nhà ở Nhật Bản.
    ③ Nhà ở Việt Nam sử dụng chiếu tatami nhiều hơn nhà ở Nhật Bản.
    ④ Nhà ở Việt Nam sử dụng bồn tắm nhiều hơn nhà ở Nhật Bản.

▌和訳

住宅

　ベトナムと日本における住宅の建築には、自然条件、経済条件や風俗習慣などによって異なる点が多くあるが、類似点も多い。南向きの家は十分に採光できるし、風通しも良いので、ベトナムでも日本でも、最も好まれる家の方角は南である。ベトナム人はよく、「嫁をもらうなら大人の女性を、家を建てるなら南向きを」と言う。また、日本でも、南向きの家の賃貸料金や価格は一般的に、たとえ同じ構造、同じエリアであっても別の方角向きの家より高い。

　さらに、ベトナム人だけでなく多くの日本人も、一戸建てを所有したがる。その理由は、家が劣化しても土地の価値は依然として残り、管理費や毎月の駐車料金などを払わなくてよいからである。

　日本の一戸建ての多くは木造である。一方、ベトナムでは木造住宅は徐々に姿を消し、レンガや鉄筋コンクリート造の住宅に席を譲っている。

　家の中を見てみると、日本人の家には、戸建てにせよマンションにせよ、いつも浴槽があることがわかる。そのほかにも、畳の部屋は日本の家にはよく見かける空間だが、ベトナムの家にはない。も

う一つの大きな違いは、ベトナムの家は日本のように引き戸を多く使用しないことである。

　ベトナムの家に非常に親しみがあって日本の家には見かけられない3つのものは、タイルの床、ビデスプレーガン、貯水タンクである。ベトナムのタイルの床は、日本の木造の床と同様に普及している。ビデスプレーガンは、レバーを握ることで噴水させるホースの一種であり、トイレとよく一緒に備え付けられ、用を足した後、下半身をきれいにするために使われるものである。貯水タンクは通常、屋上に備え付けられ、停電や断水の時に備えて生活用水を貯めるために使われる。

建材店で販売されるタイル

貯水タンク

ビデスプレーガン付きの便器

ベトナム人の名前

　ベトナム人の名前は、「姓 → 名」の順番で付けられます。ファミリーネームとファーストネームの間にミドルネームが存在する場合があります。ベトナムで最も人口が多い苗字は Nguyễn です。他には、Bùi、Đặng、Đinh、Đỗ、Hoàng、Lê、Phạm、Phan、Quách、Trần、Trương、Vũ などの苗字があります。Văn は、Phan Văn Khải、Võ Văn Kiệt のように男性のミドルネームとしてよく使用されます。Thị は、Hoàng Thị Loan、Nguyễn Thị Bình のように女性のミドルネームとしてよく使用されます。しかし、ミドルネームに Văn と Thị を選ぶことは、以前ほど人気がなくなりました。男性の名前には、Cường（強）、Dũng（勇）、Hùng（雄）、Kiên（堅）などの強さや勇敢さを表す漢越語がよく選ばれます。一方、女性の名前には、Diễm（艶）、Hiền（賢）、Hương（香）、Mỹ（美）など美しさや優しさを表す漢越語がよく選ばれます。また、ベトナムの法律には、子供の名付けに関して具体的な規制があります。例えば、名前はベトナム語またはベトナムの少数民族の言語で付けなければならない、数字で表記してはいけない、などです。

Bài 5

Xe máy tại Việt Nam 🔊 09

Tuy xe máy xuất hiện trên thế giới từ khoảng nửa cuối thế kỉ 19 nhưng **mãi** những năm cuối thập niên 90, thị trường xe máy Việt Nam **mới** hình thành. Trước năm 1999, xe máy là tài sản lớn **đối với** đa số người dân. Nhưng sau năm 2000 đến nay, xe máy đã phổ biến đến mức được ví như "đôi chân thứ hai" của người dân Việt Nam.

Có nhiều nguyên nhân **dẫn đến** sự bùng nổ xe máy tại Việt Nam. Đầu tiên phải kể đến lợi thế linh hoạt của xe máy. Người ta có thể dùng xe máy di chuyển trong những ngõ ngách nhỏ hẹp, lách qua khoảng giữa hai ô tô để vượt lên, hoặc đi trên vỉa hè để tránh đám đông trong giờ cao điểm v.v. Nguyên nhân thứ hai là ô tô quá đắt. Cùng với quá trình công nghiệp **hoá**, hiện đại hoá, Việt Nam đã thoát khỏi nhóm quốc gia nghèo, trở thành quốc gia có thu nhập trung bình, nhiều người dân có đủ tiền để mua xe máy. Tuy vậy, giá ô tô tại Việt Nam vẫn nằm ngoài khả năng của đại đa số người dân. Nguyên nhân thứ ba là giao thông công cộng kém phát triển. Đô thị hóa diễn ra **càng** nhanh, nhu cầu vận chuyển, đi lại **càng** cao, nhưng chưa có hệ thống đường sắt đô thị phát triển như Nga, Mỹ, Nhật Bản v.v. nên người dân phải sử dụng phương tiện giao thông cá nhân.

Việc xe máy phát triển ồ ạt dẫn đến nhiều hệ lụy như tai nạn giao thông gia tăng, ô nhiễm môi trường v.v. Tại Việt Nam, số vụ tai nạn giao thông liên quan đến xe máy thường chiếm trên 70% tổng số vụ tai nạn giao thông đường bộ. Ở nhiều địa phương, tỉ lệ này thậm chí còn lên đến hơn 90%. Hầu hết những loại xe máy đang lưu hành đều không có bộ kiểm soát khí thải. Trong khi đó, nhiều người chưa có thói quen bảo dưỡng xe máy định kỳ.

Tuy xe máy dẫn đến nhiều vấn đề như trên nhưng hiện nay vẫn chưa có phương tiện giao thông nào có thể cạnh tranh với xe máy.

語彙 🔊 10

bánh trung thu	月餅
báo	知らせる、（犯罪などを当局に）通報する
bảo dưỡng	メンテナンスする
bùng nổ	突発する sự bùng nổ dân số：ベビーブーム、人口爆発
bước	（足の動きの）一歩、歩み
ca sĩ	歌手
cá nhân	個人
cạnh tranh với ~	～と競争する
công cộng	公共の
công nghiệp hoá	工業化する
cơ sở hạ tầng	インフラ
cháo	お粥
chi phí	コスト、費用
chi tiết	詳細な
chiếm	占める
chuẩn bị	準備する
di chuyển	移動する
dự án	プロジェクト
đa số	大半 đại đa số：大多数

đám đông	人混み
đánh mất	失くす
đáp án	答案、解答、答え
đi lại	往来する、行き来する
địa phương	地方
đói	空腹な
đô thị hoá	都市化する
đồ chơi	おもちゃ、玩具
đường bộ	道路
đường sắt	鉄道 đường sắt đô thị：都市鉄道
gia nhập	加盟する
gia tăng	増加する
giao thông	交通
giờ cao điểm	ラッシュアワー
hành chính	行政
hầu hết	ほとんど
hậu quả	悪い結果
hệ lụy	悪影響 、悪い結果
hệ thống	システム、系統
hiện đại hoá	近代化する
hiện nay	現在、（過去と対比して）今日では
hình thành	形成する、成り立つ
hoa anh đào	桜の花
hoàn thiện	整備する
hoạt động	活動
họp báo	記者会見
kể đến ~	～を言及する、～を挙げる
kịch bản	脚本
khí thải	排気ガス bộ kiểm soát khí thải：排気ガス制御装置
khỏi	治る、治癒する
lách	（隙間を）くぐり抜ける
lễ phép	礼儀正しい

lên đến ~	〜に及ぶ、〜に上がる
liên quan đến ~	〜に関連する
linh hoạt	柔軟な、臨機応変の
lợi nhuận	利潤
lợi thế	利点
lưu hành	出回る
một mình	一人で
mục tiêu	目標
Mỹ	アメリカ
nằm ngoài ~	〜の枠外 nằm ngoài khả năng：（経済的に）〜する余裕がない／手が届かない、 nằm ngoài phạm vi：範囲外
nông nghiệp	農業
nở	（花が）咲く
Nga	ロシア
nguy hiểm	危ない、危険な
nguyên nhân	原因
ngõ ngách	裏路地
ngoại giao	外交
ngừng	止める、やめる
người cao tuổi	お年寄り、高齢者
người dân	住民、市民、国民
nghỉ giải lao	休憩する
nghiêm khắc	（態度、顔つきや規律などが）厳しい
nghiêm trọng	深刻な
nhỏ hẹp	狭小な
nhóm	グループ
nhộn nhịp	にぎわう
như trên	上記
ô nhiễm	汚染する ô nhiễm môi trường：環境汚染
ồ ạt	勢い余って、大挙して
phạm tội	罪をおかす

phân loại	分類する
phong cách	スタイル phong cách sống：ライフスタイル
qua	渡る；過ぎる
quá trình	過程、プロセス
quan trọng	重要な
quốc gia	国家、国
rác	ゴミ
sai sót	過失、誤り
sâu	深い
số	数
tai nạn	事故
tài sản	財産
tạnh	（雨が）やむ
tập trung	集中する
tỉ lệ	割合
tiết kiệm	節約する
toàn bộ	全部
tội phạm	犯罪
tổng số	合計、総数
tổng thống	大統領
tuyên bố	宣言する
thách thức	チャレンジ、挑戦
thăm	訪ねる
thập niên	年代
thế kỉ	世紀
thoát khỏi ~	～から脱出する、抜け出す
thông tin	情報
thời gian	時間
thu nhập	所得 quốc gia có thu nhập trung bình：中所得国
thung lũng	谷
thuyết phục	説得する
thực hiện	実現する、実行する

tránh	避ける
ưa chuộng	（商品を）好む
ước mơ	（心に描く）夢
ví như ~	～に喩える
vỉa hè	歩道
vụ	事故や事件などに添える類別詞 vụ tai nạn：事故 vụ việc：出来事、事件
vượt lên	追い越す
xã hội	社会
xe máy	バイク
xu hướng	傾向
ý thức	意識

文法解説

1. mãi ~ mới ~
時間が長すぎる、または時期が遅すぎる意味合いを表す表現

☞ ［動詞］ + mãi
「ずっと～し続ける」

Khi đánh mất món đồ chơi yêu thích, con gái tôi khóc **mãi**.

お気に入りのおもちゃを失くした時、娘はずっと泣き続けました。

Thầy giáo giải thích **mãi**, thế mà sinh viên vẫn chưa hiểu.

先生はずっと説明し続けたのに、学生はまだ分かりません。

"Học, học nữa, học **mãi**" là câu nói nổi tiếng của Lênin.

「勉強して、もっと勉強して、ずっと勉強し続けて」はレーニンの有名な文句です。

☞ ［動詞 1］ + mãi mới + ［動詞 2］
「ずっと〜し続けてやっと〜する」

Trời mưa **mãi mới** tạnh.
ずっと雨が降り続けてやっと止みました。
Anh Dũng ốm **mãi mới** khỏi.
ズンさんはずっと病気で、やっと治りました。
Tôi phải xếp hàng **mãi mới** mua được bánh trung thu của cửa hàng đó.
私はずっと並び続けてやっとそのお店の月餅を買うことができました。

前件の主語と後件の主語が異なる場合は、［主語 1］ + ［動詞 1］ + mãi + ［主語 2］
+ mới + ［動詞 2］となります。
Tôi thuyết phục **mãi** họ **mới** đồng ý.
私がずっと説得し続けてやっと彼らは同意しました。
Mọi người đợi **mãi** ca sĩ ấy **mới** đến buổi họp báo.
皆がずっと待ち続けてやっとその歌手は記者会見に出てきました。
Chị Vy gọi **mãi** con gái chị ấy **mới** dậy.
ヴィさんがずっと呼び続けてやっと彼女の娘さんは起きました。

☞ mãi/mãi đến + ［時期を表す言葉］ + ［主語］ + mới + ［動詞］
「（長時間かかって）ついに〜」「〜になってはじめて〜」

Mãi bây giờ tôi **mới** biết bơi.
今になって私はついに泳げるようになりました。
Do Covid-19, **mãi** năm nay tôi **mới** có thể về nước thăm gia đình.
Covid-19 によって、今年になってついに私は帰国して家族を訪ねることが
できました。
Mãi đến năm 2006 Việt Nam **mới** gia nhập WTO.
2006 年になってついにベトナムは WTO に加盟しました。

☞ mãi đến khi ~ + ［主語］ + mới + ［動詞］
　「～てはじめて～」

Mãi đến khi sống **một** mình, tôi **mới** nhận ra những thứ bố mẹ đã làm cho tôi.
一人暮らししてはじめて、両親がしてくれたことに気づきました。
Mãi đến khi bị ốm, chúng ta **mới** hiểu sức khoẻ quan trọng như thế nào.
私たちは病気になってはじめて健康がいかに重要であるかを理解します。
Mãi đến khi tôi gọi điện, cô ấy **mới** ngừng khóc.
私が電話してはじめて彼女は泣き止みました。

2. đối với ~
　「～にとって」「～に対して」

Đối với anh, điều gì quan trọng nhất?
あなたにとって何が一番大切ですか。
Phát âm tiếng Việt là thách thức lớn **đối với** người nước ngoài.
ベトナム語の発音は外国人にとって大きな挑戦です。
Cô Vân rất nghiêm khắc **đối với** sinh viên.
ヴァン先生は学生に対してとても厳しいです。
Chúng ta phải luôn nói chuyện một cách lễ phép **đối với** người cao tuổi.
年配の方に対して私たちは常に礼儀正しく話さなければなりません。

3. dẫn đến ~
　因果関係を表す表現「～につながる」

Có nhiều nguyên nhân **dẫn đến** tai nạn giao thông, chẳng hạn như cơ sở
hạ tầng chưa hoàn thiện, ý thức người tham gia giao thông còn kém.
インフラが未整備であることや交通参加者の意識がまだ低いことなど、交
通事故につながる原因はたくさんあります。
Sai sót của nhà lãnh đạo có thể **dẫn đến** hậu quả nghiêm trọng.
リーダーの過失は深刻な結果につながる可能性があります。
Các thay đổi về kinh tế, xã hội **dẫn đến** việc hình thành phong cách sống mới.
経済や社会の変化は、新しいライフスタイルの形成につながります。

4. 名詞、形容詞や民族を表す言葉 + hoá
「〜風にする・なる、〜化させる・する」

Cơ giới hoá nông nghiệp giúp giảm chi phí sản xuất.
農業機械化は生産コストの削減に役立ちます。
Thành phố Hồ Chí Minh thực hiện **đơn giản hoá** thủ tục hành chính để tiết kiệm thời gian cho người dân.
ホーチミン市は市民の時間を節約するために行政手続きの簡素化を実現しています。
Tuy kịch bản đã được **Việt hoá** nhưng bộ phim này vẫn còn nhiều điểm không phù hợp với phong tục tập quán Việt Nam.
脚本はベトナム風にされているのに、この映画はまだベトナムの風俗習慣に適さない点が多くあります。

hoá と組み合わせられる名詞と形容詞は限られています。ほとんどの場合は、抽象的な概念を表す二音節漢越語であり、hoá と組み合わせられた形で熟語として使われています。「〜 hoá」の代表格は以下のような言葉が挙げられます。

・bình thường hoá（正常化する）
・chuyên môn hoá（専門化する）
・công nghiệp hoá（工業化する）
・cơ giới hoá（機械化する）
・đô thị hoá（都市化する）
・đơn giản hoá（簡素化する）
・hiện đại hoá（近代化する）
・hiện thực hoá（現実化させる）
・hợp lý hoá（合理化する）
・hợp thức hoá（合法化する）
・phức tạp hoá（複雑化する）
・quốc hữu hoá（国有化する）
・tối ưu hoá（最適化する）
・tư nhân hoá（民営化する）
・già hoá（高年齢化する）

・oxy hoá（酸化する）
・số hoá（デジタル化）
・trẻ hoá（若返らせる；低年齢化する）
・vôi hoá（石灰化する）

5. càng ~ càng ~
「～ば～ほど～」

Mục tiêu **càng** rõ ràng **càng** tốt.
目標は明確であればあるほどいいです。
Núi **càng** cao, thung lũng **càng** sâu.
山高ければ谷深し。
Quá trình đô thị hoá diễn ra **càng** nhanh, nhu cầu nhà ở **càng** cao. Điều này dẫn đến sự gia tăng nhanh chóng của các dự án chung cư.
都市化の過程が速く進めば進むほど、住宅需要は高まります。これはマンションのプロジェクトの急増につながります。

▮ 練習問題

I. 「mãi đến ~ mới ~」と次の語句を使って文を作りなさい。

1. khi cô ấy nói + tôi biết vì sao hôm đó cô ấy đến muộn
2. 2 giờ chiều + chúng tôi nghỉ giải lao
3. tháng 4 + hoa anh đào nở
4. khi ô nhiễm môi trường trở nên nghiêm trọng + người dân bắt đầu phân loại rác
5. khi đi làm + tôi hiểu tầm quan trọng của việc học

II. 次の（　　）に最も適切な語句を ☐ から選びなさい。

1. （　　）phát âm mà cả ngữ pháp cũng là thách thức lớn đối với người nước ngoài học tiếng Nhật.

2. Áo dài là trang phục rất đặc biệt（　　）mỗi người con đất Việt.

3. Từ bản báo cáo này,（　　）mãi những năm cuối thập niên 90, thị trường xe máy Việt Nam mới hình thành.

4. Uống quá nhiều rượu（　　）nhiều bệnh nguy hiểm, thậm chí gây tử vong.

5. Cùng với quá trình tối ưu hoá chi phí, lợi nhuận của công ty（　　）tăng.

> đối với　　dẫn đến　　không riêng gì　　có thể thấy rằng　　ngày càng

III. 次の（　　）に最も適切な動詞を ☐ から選びなさい。

1. Hiểu rõ bản thân là bước đầu tiên để（　　）ước mơ.

2. Tội phạm có xu hướng（　　）. Tỉ lệ người phạm tội dưới 18 tuổi ngày càng tăng.

3. Anh nên suy nghĩ đơn giản một chút, đừng（　　）vấn đề.

4. Ngày 11/7/1995, Tổng thống Mỹ Bill Clinton tuyên bố（　　）quan hệ ngoại giao với Việt Nam.

5. （　　）trong sản xuất nghĩa là mỗi bộ phận chỉ tập trung vào một hoạt động sản xuất.

> phức tạp hoá　　trẻ hoá　　bình thường hóa　　hiện thực hoá
> chuyên môn hoá

IV. 次の会話文を完成させるために、（　　）に入るものとして最も適切なものを①②③④の中から1つ選びなさい。

1.
A: Chị Dung ơi, có chuyện gì vậy?
B: Tôi đánh mất ví rồi. Trong ví có toàn bộ tiền lương tháng này của tôi...

A: Thế thì chị nên báo công an (   ).
  ① càng nhiều càng tốt
  ② càng cao càng tốt
  ③ càng muộn càng tốt
  ④ càng sớm càng tốt

2.

A: Anh có biết quán cháo gà Bà Nga không?
B: Tôi biết. Quán đó chỉ mở buổi tối thôi nhỉ?
A: Đúng rồi! (   ) nên khi đi ăn ở đó, tôi thường đến sớm để không phải chờ lâu.
  ① Càng chờ lâu càng thấy ngon
  ② Càng ăn nhiều càng thấy đói
  ③ Càng khuya càng đông khách
  ④ Càng đông khách càng nhộn nhịp

3.

A: Anh Dũng, anh chuẩn bị cho tôi một bản báo cáo về thị trường xe máy Nhật Bản nhé! Thông tin (   ).
B: Vâng, thưa giám đốc.
  ① càng cũ càng hay
  ② càng chi tiết càng tốt
  ③ càng xa càng có lợi
  ④ càng to càng được yêu thích

V. 本文を読んで、次の問いに対する答えとして最も適切なものを①②③④ の中から１つ選びなさい。

1. Thị trường xe máy Việt Nam hình thành từ bao giờ?
  ① Đầu thập niên 1990
  ② Cuối thập niên 1990
  ③ Đầu thế kỉ 19
  ④ Cuối thế kỉ 19

2. Vì sao người dân Việt Nam ưa chuộng xe máy?
   ① Vì xe máy linh hoạt
   ② Vì xe máy không đắt như ô tô
   ③ Vì giao thông công cộng kém phát triển
   ④ Tất cả các đáp án trên

3. Việc xe máy phát triển ồ ạt dẫn đến vấn đề gì?
   ① Gây ô nhiễm môi trường
   ② Đô thị hoá quá nhanh
   ③ Ngõ ngách ngày càng nhỏ
   ④ Tất cả các đáp án trên

和訳

ベトナムにおけるバイク

　バイクが19世紀後半頃から世に出たが、ベトナムのバイク市場は90年代後半に入ってやっと形成した。1999年以前、バイクは国民の大半にとって大きな財産だった。しかし、2000年以降、バイクはベトナム国民の「第2の足」に喩えられるほど普及した。

　ベトナムにおけるバイクブームにつながった原因は多くある。はじめに、バイクの臨機応変という利点について語らなければならない。人々はバイクを使って狭小の裏路地を移動したり、2台の車の間をくぐり抜けて追い越したり、またラッシュアワーに人ごみを避けるために歩道を走ったりなどすることができる。2つ目の原因は、車が高すぎることである。工業化及び近代化の過程とともに、ベトナムは貧困国グループから抜け出して中所得国となり、多くの国民がバイクを購入するのに十分なお金を持つようになった。そうであっても、ベトナムでは車の価格は依然として国民の大多数には手

が届かない。3つ目の原因は、公共交通が未発達だからである。都市化が速く進むほど、運送と往来の需要は高まったが、ロシア、米国、日本などのように発展した都市鉄道システムがまだないため、国民は個人交通手段を使わなければならない。

　バイクの急激な発展は、交通事故の増加、環境汚染などの悪影響につながった。ベトナムでは、バイクに関連した交通事故件数はいつも、道路交通事故の総件数の7割強を占める。この割合は、多くの地方では9割強にさえ及ぶ。出回っているほとんどのバイクの種類には排気ガス制御装置がついていない。一方で、バイクの定期メンテナンスの習慣がまだできていない人が多くいる。

　バイクは上記のように多くの問題につながっているが、現時点ではバイクと競争できる交通手段は依然としてない。

ハノイのラッシュアワーの交通

Bài 6

Con Rồng cháu Tiên 🔊 11

Ở Việt Nam, **không ai không** biết truyền thuyết *Con Rồng cháu Tiên*. Truyền thuyết này kể về sự ra đời của nhà nước Văn Lang và nguồn gốc người Việt.

Cả Lạc Long Quân và Âu Cơ đều là những vị thần cao quý. Lạc Long Quân thuộc giống Rồng, thường ở dưới nước, có sức khỏe vô địch. Còn Âu Cơ thuộc giống Tiên, thường ở trên núi, xinh đẹp tuyệt trần. Hai người tình cờ gặp nhau rồi trở thành vợ chồng, cùng sống trên cạn.

Ít lâu sau, Âu Cơ sinh ra một cái bọc trăm trứng. Trăm trứng đó nở ra một trăm người con. Đàn con không cần bú mớm **mà** lớn nhanh như thổi, mặt mũi khôi ngô, khỏe mạnh như thần.

Một thời gian sau, Lạc Long Quân **vốn** quen ở nước cảm thấy mình không thể sống mãi trên cạn được, **đành phải** từ biệt Âu Cơ. Lạc Long Quân dẫn năm mươi con xuống biển. Âu Cơ đưa năm mươi con lên núi. Người con trưởng theo Âu Cơ được tôn làm vua, **lấy** "Hùng Vương" **làm** tên hiệu, đặt tên nước là "Văn Lang", đóng đô ở Phong Châu (nay thuộc địa phận tỉnh Phú Thọ).

Giỗ Tổ Hùng Vương hay còn gọi là Lễ hội Đền Hùng diễn ra vào ngày mùng 10 tháng 3 âm lịch hằng năm tại Đền Hùng, thành phố Việt Trì, tỉnh Phú Thọ. Người Việt vẫn thường nhắc nhau câu ca dao "Dù ai đi ngược về xuôi, nhớ ngày giỗ Tổ mùng mười tháng ba".

Truyền thuyết *Con Rồng cháu Tiên* và Giỗ Tổ Hùng Vương không chỉ thể hiện niềm tự hào dân tộc mà còn nhắc nhở cộng đồng người Việt phải luôn đoàn kết vì dù sống ở miền biển hay miền núi thì tất cả người con đất Việt đều cùng một nguồn gốc.

語彙

âm lịch	旧暦、陰暦
Âu Cơ	嫗姫（貉龍君の妻）
bọc	嚢、繭
bồ câu	鳩
bộ trưởng	（国家の）大臣
bú	（乳を）飲む
cảm hứng	インスピレーション
cảm thấy	感じる
cạn	陸地 động vật trên cạn：陸生動物
cao quý	高貴な
Con Rồng cháu Tiên	龍仙の子孫
con trưởng	長子 con thứ：次子
công	功績 có công ~：～の功績がある
công đoàn	労働組合
công việc	仕事、作業
cộng đồng	コミュニティ
cung đình	宮廷
cuộc đời	人生、生涯
chiến thắng	戦勝する、勝利する
dẫn	連れる、導く
duy trì	維持する
dựng nước	建国する

đàn	群れ đàn con：子供たち
đánh giá	評価する
đặt tên	名付ける
đeo	（腕時計やマスクなどを）着ける
Đền Hùng	雄王を偲ぶ神社
địa phận	領域
đoàn kết	団結する
đóng đô	都を置く
đội tuyển	（団体競技で勝敗を争うための）チーム
động lực	モチベーション
đúng	正しい
đưa	連れて行く
gia cảnh	家庭環境
giảng dạy	講義する、教授する
giáo dục	教育 Bộ Giáo dục và Đào tạo：教育訓練省
giàu	金持ちの、裕福な
giỗ	霊祭、命日祭
giống	種族、品種
hài lòng	満足する
hãng	（大規模な）会社、メーカー
hẹn	約束する
hiện tại	現在、今のところ
hình ảnh	画像、イメージ
hình nền	背景画像、待ち受け画像
hiệu trưởng	校長、学長
Hùng Vương	雄王（文郎国の18代続いた統治者） Giỗ Tổ Hùng Vương：国祖雄王の命日祭
hứa	（固く）約束する
ít lâu sau	その後間もなく、それから間もなく
kem	クリーム；アイスクリーム
keo kiệt	けちな
kể	語る、物語る

kiểu	型、スタイル
khách hàng	顧客
khẩu trang	マスク
khôi ngô	（顔立ちが）若々しく爽やかな
khu vực	地域
khuyết điểm	欠点
Lạc Long Quân	貉龍君（ベトナムの伝説的な帝王）
leo	登る leo núi：登山する
lịch trình	スケジュール
lợi ích	利益
lớn	育つ lớn nhanh như thổi：[慣用句] 直訳は「膨らませられるように速く成長する」（＝めきめき育つ）
mặt mũi	顔立ち
mẫu	モデル
miền biển	沿岸地帯
miền núi	山岳地帯
một thời gian sau	しばらくして
mớm	（口移しで赤ちゃんに食べ物を）与える
nón lá	ラタニアの葉でつくられる円錐形の帽子
nở ra	孵化する
nguồn gốc	起源、由来
ngược	逆（ngược ⇔ xuôi） đi ngược về xuôi：上り下りする、あちらこちらを行ったり来たりする
người đi đường	通行人
người hâm mộ	ファン、支持者、愛好者
người lao động	労働者
nghệ	ウコン
nhà nước	国家 nhà nước Văn Lang：文郎国（ベトナム史上初の国家）
nhã nhạc	雅楽

nhau	互いに đánh nhau：殴り合う
nhắc	思い起こさせる、気づかせる
nhắc nhở	さとす、注意する、忠告する
nhân viên	職員、従業員、スタッフ
phương châm	指針、方針
ô	傘
ra đời	誕生する
rồng	ドラゴン、龍
rừng	森、林
sinh nhật	誕生日
tác phẩm	作品
tài liệu	資料
tên hiệu	称号 lấy ~ làm tên hiệu：～を号とする
tiên	仙人
tiêu chuẩn	標準
tiểu học	小学 học sinh tiểu học：小学生 trường tiểu học：小学校
tím	紫色
tin	信じる
tình cờ	偶然
tôn	祭り上げる tôn làm vua：王に祭り上げる
tuyệt trần	絶世
từ biệt	別れを告げる
từ chối	断る
thần	神
thất vọng	がっかりする
thiểu số	少数 dân tộc thiểu số：少数民族
truyền thuyết	伝説
truyện tranh	コミックス、漫画本

vị	役職名などに添える敬称 vị thần：神様 vị này：この方
vô địch	無敵
xinh đẹp	美しい
yêu thương	愛する、可愛がる

文法解説

1. không ai (là) không ~
二重否定「〜しない人はいない」

Ở Việt Nam, **không ai không** biết ca sĩ Mỹ Tâm.
ベトナムには、歌手のミー・タムを知らない人はいません。
Tôi tin rằng **không ai không** muốn người khác yêu thương mình.
他人に自分を愛してほしくない人はいないと私は信じています。
Nón lá và áo dài tím là hai thứ mà phụ nữ Huế **không ai là không** có.
ノンラーと紫色のアオザイは、フエの女性なら持っていない人はいない2つのものです。

2. nguyên/từng/vốn ~
☞ **nguyên/từng/vốn + là +** ［名詞］
「もともとは〜だった」

Ông ấy **nguyên là** Bộ trưởng Bộ Giáo dục và Đào tạo.
彼はもともと教育訓練大臣でした。
Khu vực này **vốn là** rừng tự nhiên.
この地域はもともと自然林でした。
Bố tôi **từng là** bác sĩ của bệnh viện Bạch Mai.
父はもともとバック・マイ病院の医者でした。
※ nguyên là はよく役職とともに使われます。

☞ **vốn/vốn dĩ +** ［yêu、ghét、thích などの状態動詞］ ／ ［形容詞］
「もともと〜」

Tôi **vốn** rất thích ăn kem vào mùa đông.
私はもともと冬にアイスクリームを食べるのが大好きでした。
Kiểu tóc mới khiến cho khuôn mặt **vốn dĩ** xinh đẹp của cô ấy trở nên thu hút hơn.
新しいヘアスタイルは、彼女のもともと美しい顔をより魅力的にします。

☞ **đã + từng +** ［動作動詞］
「〜したことがある」
chưa + từng + ［動作動詞］
「〜したことがない」

Chị Vy **đã từng** leo núi Phú Sĩ.
ヴィさんは富士山に登ったことがあります。
Tôi **chưa từng** nghe Nhã nhạc cung đình Huế một lần nào cả.
私はフエ宮廷雅楽を一度も聞いたことがありません。

3. mà 〜

☞ **〜 mà 〜**
前件からの予測と食い違った事態を後件で述べ、驚き、意外感や非
難を表す表現「にも拘わらず」「のに」

Ông Kim giàu **mà** keo kiệt.
キムさんはお金持ちなのにケチです。
Tôi thất vọng vì anh ta đã hứa **mà** không đến đúng hẹn.
彼が約束したにも拘わらず約束通りに来なかったので、私はがっかりしました。
Chị Hen là người dân tộc thiểu số **mà** nói tiếng Anh rất giỏi.
ヘンさんは少数民族にも拘わらず、英語をとても上手に話しています。
Người Việt **mà** chưa bao giờ nghe đến câu "Các vua Hùng đã có công dựng
nước, bác cháu ta phải cùng nhau giữ lấy nước" của Bác Hồ à?
ベトナム人なのに、ホーおじさんによる「歴代の雄王には建国の功績があっ
て、我々叔父と甥姪はともに国を守らなければならない」という言葉を聞
いたことがないんですか？

☞ ［動詞 1］ + mà + ［動詞 2］
　［動詞 2］が［動詞 1］の目的であることを表す表現

Trời sắp mưa đấy. Chị lấy ô của tôi **mà** dùng.
もうすぐ雨が降りそうですよ。私の傘を取って使ってください。
Ở thư viện có rất nhiều sách tiếng Việt. Anh hãy mượn về **mà** học.
図書館にはベトナム語の本がたくさんあります。借りて勉強してください。
Anh không làm việc thì lấy đâu ra tiền **mà** nuôi con?
仕事をしなかったら、子供を育てるためのお金はどこから調達するの？

4. buộc phải/đành phải ~
　「～ざるを得ない」

Dù không thích công việc hiện tại nhưng tôi **buộc phải** tiếp tục làm để duy
trì cuộc sống.
現在の仕事が好きではありませんが、生活を維持するために働き続けざる
を得ません。
Do lịch trình không phù hợp nên chúng tôi **đành phải** từ chối lời mời của họ.
スケジュールが合わないので、私たちは彼らの招待を断らざるを得ません。

5. lấy + ［名詞 1］ + làm + ［名詞 2］
　「～を～とする」

Công đoàn **lấy** lợi ích của người lao động **làm** phương châm hoạt động.
労働組合は労働者の利益を活動指針としています。
Picasso đã **lấy** chim bồ câu **làm** cảm hứng.
ピカソは鳩をインスピレーションとしました。

dùng/sử dụng + ［名詞 1］ + làm + ［名詞 2］（［名詞 1］を［名詞 2］として
使用する）もよく使われます。
Người Việt **sử dụng** nghệ **làm** gia vị trong nhiều món ăn.
ベトナム人は多くの料理にウコンをスパイスとして使用しています。
Tôi **dùng** ảnh con gái **làm** hình nền điện thoại.
私は娘の写真を携帯の待ち受け画像として使っています。

練習問題

I. 次の（　）に最も適切な語句を [____] から選びなさい。

1. Người hâm mộ không ai là không (　).
2. Vì môi trường đang bị ô nhiễm nghiêm trọng nên người đi đường không ai không (　).
3. Đây là công ty IT nên không ai là không (　).
4. Đối với những người yêu thích truyện tranh Nhật Bản, *Doraemon* là tác phẩm không ai là không (　).
5. Dù còn trẻ hay đã già, không ai là không (　).

```
muốn sở hữu một cơ thể khỏe mạnh        biết        đeo khẩu trang
vui mừng khi đội tuyển Việt Nam chiến thắng        có máy tính
```

II. 「nguyên/từng/vốn ~」と次の語句を使って文を作りなさい。

1. Anh Minh + đến Nhật Bản nhiều lần
2. Cuộc đời + chẳng dễ dàng đối với bất cứ ai
3. Thửa đất này + đất tư nhân
4. Cô ấy + thông minh hơn người khác
5. Bà Vy + hiệu trưởng trường Đại học Y

III. 次の（　）に最も適切な語句を [____] から選びなさい。

1. Thời tiết xấu (　) việc di chuyển trở nên khó khăn.
2. Tại Nhật Bản, học sinh tiểu học thường (　) đi bộ đến trường.
3. Bài tập về nhà nhiều quá nên con tôi làm (　) mới xong.
4. Vì không có nước mắm nên tôi (　) dùng muối.
5. Giám đốc (　) tất cả nhân viên đi du lịch châu Âu.

```
mãi        đành phải        khiến        cho        tự
```

IV. 意味が通る文になるように、左と右を繋ぎなさい。

1. Vợ chồng tôi lấy con cái
2. Thầy giáo của tôi sử dụng tạp chí tiếng Việt
3. Chúng tôi lấy sự hài lòng của khách hàng
4. Chúng ta không nên lấy gia cảnh
5. Hãng ô tô này sử dụng hình ảnh mặt trời

A. làm tài liệu giảng dạy.
B. làm biểu tượng cho mẫu xe mới.
C. làm động lực để cố gắng mỗi ngày.
D. làm tiêu chuẩn đánh giá một con người.
E. làm mục tiêu hoạt động của công ty.

V. 本文を読んで、次の問いに対する答えとして最も適切なものを①②③④ の中から1つ選びなさい。

1. Tại sao Lạc Long Quân từ biệt Âu Cơ?
   ① Vì Lạc Long Quân buộc phải đưa đàn con lên núi.
   ② Vì Lạc Long Quân đành phải dẫn đàn con xuống biển.
   ③ Vì Lạc Long Quân vốn dĩ không quen sống trên cạn.
   ④ Vì Lạc Long Quân vốn dĩ không muốn lấy Âu Cơ làm vợ.

2. Ngày mùng 10 tháng 3 âm lịch là ngày gì?
   ① Sinh nhật Lạc Long Quân và Âu Cơ
   ② Giỗ tổ Lạc Long Quân và Âu Cơ
   ③ Sinh nhật Hùng Vương
   ④ Giỗ tổ Hùng Vương

3. Nội dung truyền thuyết *Con Rồng cháu Tiên* kể về điều gì?
   ① Nguồn gốc của Lạc Long Quân
   ② Nguồn gốc của Âu Cơ
   ③ Nguồn gốc người Việt
   ④ Nguồn gốc của giống Rồng và giống Tiên

和訳

龍仙の子孫

　ベトナムには、「龍仙の子孫」伝説を知らない人はいない。この伝説は、文郎国家の誕生とベトナム人の起源について語っている。

　貉龍君と嫗姫はいずれも高貴な神様である。貉龍君は龍族に属し、普段水中で暮らし、無敵な頑健さを持っていた。一方、嫗姫は仙族に属し、山上で暮らし、絶世の美しさを持っていた。2人は偶然出会い、夫婦となり、一緒に陸地で暮らした。

　その後間もなく、嫗姫は100個の卵の嚢を産んだ。その100個の卵から100人の子が生まれた。子供たちは母乳や食事をあげる必要がないのに、めきめき育ち、爽やかな顔立ちで、神のように強くなった。

　しばらくして、水中での暮らしにもともと慣れていた貉龍君は、陸地に住み続けられないと感じ、嫗姫に別れを告げざるをえなくなった。貉龍君は50人の子供を海に導いて降りていった。嫗姫は50人の子供を山上に連れて行った。嫗姫についていった長子は王に祭り上げられ、「フン・ヴオン」（雄王）を号とし、国を「ヴアン・ラン」（文郎）と名付け、フォンチャウ（現在のフート省の領域に属する）に都を置いた。

　国祖雄王の命日祭は、雄王神社祭りとも呼ばれ、フート省ベトチー市の雄王神社で毎年旧暦3月10日に開催される。ベトナム人は「だれもが、どこへ行こうとも、3月10日の国祖命日祭を思い出そう」という歌謡をよくお互いに思い起こさせ合う。

　龍仙の子孫の伝説と国祖雄王の命日祭は民族の誇りを表現するだけでなく、沿岸地帯に住もうとも山岳地帯に住もうともベトナムの土地の子らは皆すべて同じ起源であるから、ベトナム人は常に団結しなければならないということを論している。

国母嫗姫神社

　Đền Mẫu Âu Cơ（国母嫗姫神社）は、フート省ハホア郡ヒエンルオン村にある、15 世紀に建てられた嫗姫を祀る場所です。

　伝説によると、嫗姫はヒエンルオン村に来て、子孫に集落を設立させ、人々に米作り、桑の栽培、蚕の飼育、布の織り方を教えたといいます。ヒエンルオンの集落が安定して発展してきたとき、嫗姫とその子供たちは新しい土地を開墾しに行ったが、その後、彼女はまたヒエンルオン村に戻ることに決めたとのことです。

国母嫗姫神社の三観門

国母嫗姫神社の嫗姫像

Tín ngưỡng thờ cúng tổ tiên 🔊 13

Theo kết quả Tổng điều tra dân số và nhà ở Việt Nam năm 2019, cả nước có **trên dưới** 13,2 triệu người theo tôn giáo. Tuy nhiên, dù gia chủ là tín đồ tôn giáo hay người không tin vào thần thánh thì trong căn nhà người Việt luôn có bàn thờ tổ tiên. Cơ sở hình thành tín ngưỡng thờ cúng tổ tiên là niềm tin vào sự bất tử của linh hồn tổ tiên và việc có mối liên hệ mật thiết giữa người sống và người chết.

Ngoài cúng giỗ hằng năm vào ngày mất, người Việt còn cúng tổ tiên vào các ngày mồng một, ngày rằm, Tết Nguyên Đán, Tết Hàn Thực v.v. theo âm lịch, để thể hiện tấm lòng biết ơn tổ tiên, ông bà, cha mẹ đã sinh thành, hoặc khi trong nhà có việc quan trọng như dựng vợ gả chồng, sinh con, làm nhà, đi xa, thi cử v.v. để báo cáo và để cầu tổ tiên phù hộ, hay để tạ ơn khi công việc diễn ra thuận lợi.

Bàn thờ tổ tiên bao giờ cũng được đặt ở nơi cao ráo, sạch sẽ và trang trọng nhất trong nhà. Nhà một tầng **thì** là gian giữa, nhà nhiều tầng **thì** là tầng trên cùng.

Đồ thờ gồm bát hương, đèn dầu hoặc chân nến, lọ hoa, bài vị hoặc hình ảnh người quá cố. Nhà giàu thì trang hoàng thêm hoành phi, câu đối v.v. Người Việt rất coi trọng đồ thờ, nghèo **thế nào cũng** không bao giờ đem đồ thờ đi bán hoặc cầm cố.

Đồ cúng cơ bản là hương, hoa, trái cây, thức ăn, rượu và nước. Tùy từng dịp mà có thêm những món khác, ví dụ như đồ cúng Tết Hàn Thực thì **bất luận thế nào cũng** phải có bánh trôi, bánh chay v.v. Ngoài ra, người Việt quan niệm "trần sao, âm vậy", khi sống ở cõi trần cần cái gì thì đến cõi âm cũng cần cái đó, nên cúng cả "vàng mã". "Vàng mã" là đồ cúng được làm bằng giấy, mô phỏng quần áo, tiền, phương tiện đi lại v.v. Sau khi hương tàn, người ta đem vàng mã đi đốt. Hành động này gọi là "hoá vàng". Khi hoá vàng, phải chờ vàng mã cháy **bằng hết**, vì nếu không thì người ở cõi âm sẽ nhận được những thứ không lành lặn.

語彙

🔊 14

ảnh hưởng	影響
bài vị	位牌
bàn thờ	祭壇、仏壇
bánh chay	緑豆餡入り団子のぜんざい
bánh ngọt	ケーキ
bánh trôi	黒砂糖が入った白玉団子
bát hương	香炉
bất tử	不死身の、不死の
bữa tiệc	宴会、パーティー
ca	感染や手術などに添える類別詞 ca nhiễm：感染 ca phẫu thuật：手術
cả nước	全国
cao ráo	位置が高く湿気が少ないさま
cầm cố	担保として差し出す、質入れする
cầu	願う
câu đối	漢詩の対句、対聯
coi trọng	重んじる、重要視する、大事にする
cõi âm	あの世
cõi trần	この世、現世

con cháu	子孫
cơ sở	基盤、根拠
cúng	供える、供養する
cháy	燃える
chân nến	燭台
chứng minh	証明する
dựng vợ gả chồng	[慣用句]直訳は「息子を娶せ、娘を嫁がせる」(＝子供を結婚させる)
đèn dầu	オイルランプ
đồ cúng	供物
đồ thờ	(仏具や神具などを含む)祭具
đồ (vật)	物
độ C	摂氏の温度
độc lập	(経済的に)自立した、(他の国や組織から)独立した
đội	隊、チーム
đốt	燃やす
đi xa	遠出する
gia chủ	一家の主人、世帯主
gian	(家の中の)空間、部屋
giành	獲得する、勝ち取る
giao	任せる、委任する
giúp đỡ	助ける
hàng giảm giá	セール品
hoành phi	木製の横額
hương	線香
kiên trì	粘り強い
làm thêm	アルバイトする
lành lặn	完全なままの、失われた部分がない
linh hồn	霊魂
lọ hoa	花瓶
mô phỏng	模倣する、模る
mối liên hệ	関係(性)
mật thiết	緊密な

nắng	晴れる、日差しの強い
niềm tin	ビリーフ、信念、信条
ngày mất	命日、祥月命日
ngày rằm	旧暦の毎月 15 日
ngoài trời	野外
người quá cố	故人、亡くなった人
nhiệt độ	温度、気温
ông bà	祖父母
phù hộ	加護する
quan niệm	見解を持つ、観念を持つ
quyết định	決定する
sạch sẽ	清潔な
sản lượng	生産量
sinh thành	（子供を）産んで養い育てる
tạ ơn	お礼をする、恩返しする
tài chính	財務
tàn	（線香が）燃え尽きる、（花が）萎む
tấm lòng	気持ち tấm lòng biết ơn：感謝の気持ち tấm lòng cha mẹ：親心
tấn	トン
tầng	階 tầng 1：1 階 nhà một tầng：1 階建て
tất nhiên	当然、必然
Tết Hàn Thực	寒食節（旧暦 3 月 3 日の節句）
Tết Nguyên Đán	ベトナムの旧正月、テト、元旦節
tìm	探す tìm ra：探し出す
tín đồ	信徒、信者
tín ngưỡng	信仰
tổ tiên	祖先、先祖 Tín ngưỡng thờ cúng tổ tiên：祖先崇拝信仰
tôn giáo	宗教

Tổng điều tra dân số và nhà ở	国勢調査
từ bỏ	諦める、断念する
thắng	勝つ
thần thánh	（総称）神々
thi cử	受験する
thờ cúng	崇拝する
thuận lợi	順調な
trái cây	（南部方言）果物
trang hoàng	（豪華に）飾る
trang trọng	おごそかな
trên cùng	最上 tầng trên cùng：最上階
ủng hộ	応援する、支持する
vàng mã	冥器 hoá vàng：冥器を燃やす

文法解説

1. trên dưới ＋ ［数を表す言葉］
「約〜」

khoảng と同じ意味を持ち、khoảng と置き換えることができます。

Hiện nay, có **trên dưới** 23.000 người Nhật đang sống tại Việt Nam.
現在、ベトナムには約2万3千人の日本人が住んでいます。

Mỗi ngày cả nước có thêm **trên dưới** 5.000 ca nhiễm mới Covid-19.
毎日、全国で約5千人の新規 Covid-19 感染者がさらに増えます。

Sản lượng tháng này đạt **trên dưới** 10 tấn.
今月の生産量は約10トンに達しました。

2. thì ~

☞ ~ **thì** ~
主題を表す表現「は」

Chuyện đó **thì** tôi không biết.
そのことは私は知りません。
Quyển sách này **thì** tôi đọc rồi.
この本は私はもう読みました。
Bánh ngọt **thì** chúng tôi sẽ ăn sau bữa cơm.
ケーキは私たちは食後に食べます。

☞ ~ **thì** ~, ~ **thì** ~
対比や並列を表す表現「〜は〜だが、〜は〜」

Các ngày trong tuần **thì** tôi đi học, cuối tuần **thì** đi làm thêm.
平日は学校に通いますが、週末はアルバイトをしています。
Con cháu **thì** thờ cúng, tổ tiên **thì** phù hộ.
子孫は崇拝しますが、祖先は加護します。
Nói **thì** dễ nhưng làm **thì** khó.
言うのは簡単ですが、実行するのは難しいです。

3. thế nào ~ cũng ~

☞ **thế nào** ~ **cũng** ~
「必ず／絶対に〜する」

thế nào を主語の前にも後ろにも置くことができます。
Thế nào đội chúng tôi **cũng** thắng.
= Đội chúng tôi **thế nào cũng** thắng.
私たちのチームは必ず勝ちます。
Thế nào trời **cũng** nắng.
= Trời **thế nào cũng** nắng.
絶対に晴れます。

Thế nào các anh **cũng** sẽ gặp thầy Minh ở Hà Nội.

= Các anh **thế nào cũng** sẽ gặp thầy Minh ở Hà Nội.

あなたたちは必ずハノイでミン先生に会います。

☞ **thế nào ~ cũng không/chẳng ~**
   「どうしても～ない」「どんなに～ても～ない」

Tôi thuyết phục **thế nào** cô ấy **cũng không** đồng ý.

私がどんなに説得しても、彼女は同意しません。

Tuy sống ở nước ngoài nhiều năm nhưng họ **thế nào cũng chẳng** quên được hình ảnh áo dài.

長年海外に住んでいるのに、彼らはどうしてもアオザイのイメージを忘れることができません。

Người Nhật vô cùng kiên trì, dù khó khăn **thế nào cũng không** bao giờ từ bỏ.

日本人は非常に粘り強くて、たとえどんなに困難でも決して諦めません。

4. bất luận/bất kể + thế nào ~ cũng ~
   どんな事情があってもという気持ちを表す表現「とにかく」「何があっても」

Bất luận thế nào, bố mẹ **cũng** luôn ủng hộ con.

何があっても、お母さんとお父さんはいつもあなたを応援します。

Bất kể thế nào, chúng ta **cũng** phải giữ lời hứa.

何があっても、私たちは約束を守らなければなりません。

Phụ nữ thì **bất luận thế nào cũng** nên độc lập tài chính.

女性はとにかく経済的に自立すべきです。

5. ［動詞］ + bằng/cho bằng + xong/hết/được
物事を最後まで完全に行う決意を表す表現

☞ bằng/cho bằng + xong
　「（何としてでも）〜し終える」

Chúng tôi làm **bằng xong** công việc được giao rồi mới nghỉ.
私たちは任せられた作業を全てし終えてはじめて休憩します。
Từ bây giờ đến tháng 3 năm sau, chúng tôi sẽ giải quyết **cho bằng xong** vấn đề này.
今から来年の３月まで、私たちは何としてでもこの問題を解決し終えます。

☞ bằng/cho bằng + hết
　「（何としてでも）〜ひとつ残らず全部しつくす」

Hễ cô ấy làm món nem rán là các con cô ấy sẽ ăn **cho bằng hết**.
彼女が揚げ春巻きを作るとき、彼女の子供たちは必ずひとつ残らず全部食べます。
Con gái tôi luôn làm **bằng hết** bài tập về nhà rồi mới đi ngủ.
娘はいつも宿題をひとつ残らず全部終わらせてはじめて寝ます。

☞ bằng/cho bằng + được
　「（何としてでも）〜（達成）する」

Tôi sẽ học **bằng được** cách làm món bánh trôi.
私は何としてでもバインチョイの作り方を身につけます。
Nhiều người có thói quen hễ thấy hàng giảm giá là phải mua **cho bằng được**.
多くの人は、セール品を見ると何としてでもそれを買う習慣があります。

練習問題

I. 意味が通る文になるように、左と右を繋ぎなさい。

1. Tỉ lệ đỗ đại học của trường
   chúng tôi luôn đạt
2. Vào mùa hè, nhiệt độ ngoài
   trời lên đến
3. Mỗi tháng, tôi đi làm
4. Mỗi ngày, tôi ngồi trước máy tính
5. Chiếc xe này nặng

A. trên dưới 25 ngày.
B. trên dưới 70%.
C. trên dưới 10 tiếng đồng hồ.
D. trên dưới 1 tấn.
E. trên dưới 40 độ C.

II. 次の 1 から 5 までの会話について、(   ) に入れるのに最も適切なものを①②③④の中から 1 つ選びなさい。

1.

A: Anh thấy bộ phim ấy thế nào?
B: (   ).
　① Bộ phim ấy thì tôi đã xem.
　② Bộ phim ấy thì tôi xem cùng với bố mẹ tôi.
　③ Bộ phim ấy thì tôi biết.
　④ Bộ phim ấy thì nội dung rất thú vị.

2.

A: Chị thường làm gì vào thứ bảy và chủ nhật?
B: (   ).
　① Các ngày trong tuần thì tôi đi học.
　② Thứ bảy thì tôi dọn dẹp nhà cửa.
　③ Chủ nhật thì tôi đi mua sắm.
　④ Thứ bảy thì tôi dọn dẹp nhà cửa, chủ nhật thì tôi đi mua sắm.

3.

A: Anh có đến bữa tiệc tối mai không?

B: Tất nhiên rồi! (　　).

① Thế nào tôi cũng đến.

② Thế nào tôi cũng không đến.

③ Thế nào tối mai cũng có bữa tiệc.

④ Thế nào bữa tiệc cũng sẽ rất vui.

4.

A: Chị đã nói chuyện với bà ấy chưa? Bà ấy có đồng ý không?

B: Tôi đã nói chuyện với bà ấy rồi nhưng (　　).

① thế nào tôi cũng không đồng ý

② thế nào tôi cũng nói

③ thế nào bà ấy cũng không đồng ý

④ thế nào bà ấy cũng nói

5.

A: Các anh có tiếp tục làm công việc này không?

B: Chúng tôi đã quyết định rằng (　　).

① dù lương cao thế nào cũng tiếp tục làm

② dù lương cao thế nào cũng không tiếp tục làm

③ dù lương thấp thế nào cũng không tiếp tục làm

④ dù không có lương cũng không tiếp tục làm

III. 「bất luận/bất kể + thế nào ~ cũng ~」を使って次の文を書き直しなさい。

1. Anh tin em.

2. Chúng ta phải đến đúng giờ.

3. Tôi không bao giờ từ bỏ ước mơ trở thành bác sĩ.

4. Tôi sẽ tìm ra cách giải quyết.

5. Đội chúng ta cần giành chiến thắng trong trận đấu hôm nay.

IV. 「bằng/cho bằng + xong/hết/được」を使って次の文を書き直しなさい。

1. Con phải uống cốc sữa này nhé.
2. Tôi phải gặp anh ấy trước khi về nước.
3. Tôi sẽ trả lời những câu hỏi của anh.
4. Trong hôm nay, tôi sẽ viết bản báo cáo.
5. Tôi sẽ chứng minh việc anh ta là thủ phạm.

V. 本文を読んで、次の問いに対する答えとして最も適切なものを①②③④ の中から１つ選びなさい。

1. Người Việt tin vào điều gì?
   ① Linh hồn của tổ tiên có thể giúp đỡ con cháu.
   ② Linh hồn của tổ tiên coi trọng đồ thờ và đồ cúng.
   ③ Linh hồn của tổ tiên thích hoành phi và câu đối.
   ④ Linh hồn của tổ tiên không thể ảnh hưởng đến cuộc sống của con cháu.

2. Người Việt cúng tổ tiên để làm gì?
   ① Để làm nhà, đi xa, thi cử v.v.
   ② Để gửi vàng mã cho người ở cõi âm.
   ③ Để thể hiện niềm tự hào về tổ tiên.
   ④ Để thể hiện tấm lòng biết ơn tổ tiên.

3. Vì sao người Việt cúng cả vàng mã?
   ① Vì người Việt tin rằng người ở cõi âm yêu thích đồ vật làm bằng giấy.
   ② Vì người Việt tin rằng nếu làm như vậy thì tổ tiên sẽ nhận được những đồ vật mà họ cần.
   ③ Vì người Việt không thể đốt hương, hoa, trái cây, thức ăn, rượu và nước.
   ④ Vì người Việt rất coi trọng đồ vật làm bằng giấy.

祖先崇拝信仰

　2019年のベトナム国勢調査の結果によると、全国の宗教の信者数は約1,320万人だった。しかし、世帯主が宗教の信者であるか無神論者であるかに拘わらず、ベトナム人の家にはいつも祖先を祀る祭壇がある。祖先崇拝信仰を形成する基礎は、祖先の霊魂が不死であることと生者と死者の間に緊密な関係性があることに対する信念である。

　毎年の命日の供養の他に、ベトナム人は旧暦の毎月1日、15日、旧正月、寒食節などの日に、祖先、祖父母、父母が生んで育ててくれた感謝の気持ちを表すため、または子供を結婚させる、子の誕生、家を建てる、遠出、受験など家族に重要なことがあるときに報告して祖先に御加護をいただくようお願いしたり、それが順調に行われた時にお礼をしたりするために、祖先を供養する。

　祖先の祭壇はいつでも家の中の高く乾いた、清潔で、厳かな場所に置かれる。1階建ての家であれば中央の間に、2階以上であれば最上階に置かれる。

　祭具は、香炉、オイルランプ、または燭台、花瓶、亡くなった人の位牌または写真などが含まれる。お金持ちの家庭であればさらに木製の横額や漢詩の対句などを豪華に飾る。ベトナム人は非常に祭具を大事にしており、どんなに貧しくても、決して祭具を売りに出したり、質入れしたりはしない。

　供物は基本的に、お線香、お花、果物、食べ物、お酒と水である。機会ごとに異なる供物を供えることもあり、たとえば寒食節にはどのような事情があってもバインチョイやバインチャイなどがなければならない。そのほかにも、ベトナム人は「この世はどんな様子であろうと、あの世はそれと同じ様子である」という観念を持ち、こ

の世で必要であるもの
はあの世でも必要であ
るため、「冥器」も供え
る。「冥器」は洋服、お
金、交通手段などをかた
どって紙で作られた供
物である。お香が燃え尽
きたあと、人々は冥器を
燃やす。この行動は「ホ

ハノイにある祭具店

アヴァン」と呼ばれる。ホアヴァンの際、冥器が燃えてしまうまで
待っていなければならない。なぜなら、もしそうしなかったらあの
世にいる人は不完全なものを受け取ることになるからである。

COLUMN
ベトナムの方言事情

　ベトナムの方言は北部方言、中部方言、南部方言の3つに大別さ
れます。これらの方言の違いは主に音声、次に語彙で、文法の違い
はほんの少しだけです。中部と南部の人々は「tr」と「ch」をはっ
きりと区別して発音するのに対して、北部の人々はどちらも「ch」
と読むように、音声の違いは最も大きいですが、推測できます。一
方、同じ果物のレンブなのに、北部の人々は「roi」と呼び、南部の
人々は「mận」と呼ぶ、そして、北部方言では「mận」はレンブで
はなく、すももを意味するように、語彙の違いは最も誤解を招きや
すいです。交通やマスメディアの著しい発達を背景に、南部方言の
「bột giặt」（粉末洗濯洗剤）、「bông tai」（イヤリング）や「lì xì」（お
年玉）など元々はある地域に特有だったものが、現在ではベトナム
全土で広く使われている言葉がたくさんあります。

漢越語は学習者にとって諸刃の剣？

　ベトナムは、日本と同様に中国漢字文化圏に属していて、長い間漢字を使っていました。現在の文字はローマ字表記ですが、漢語起源の言葉、いわゆる「漢越語」は現代ベトナム語の語彙の6割を占めています。chuyên môn（専門）、bệnh viện（病院）、kết hôn（結婚）や ý kiến（意見）など、発音も意味も日本語に似ている漢越語がたくさんあります。この興味深い類似点が、おそらく多くのベトナム人が日本語を学び、多くの日本人がベトナム語を学ぶきっかけとなったでしょう。しかし、新しい単語に遭遇する際、対応する漢越語だけに頼って意味を推測するととんでもない誤解を招いてしまう可能性があります。例えば、khởi tố は漢越語が「起」と「訴」に相当しますが、その意味は「起訴」ではなく、「立件」または「捜査開始」です。一方、日本語の「起訴」はベトナム語では「追」と「訴」に相当する漢越語の truy tố です。筆者が参加したある表彰式では、日本語の「特別賞」がベトナム語の giải đặc biệt に翻訳されました。「特別賞」は受賞を逃したものの中から選ばれたものであるのに対して、giải đặc biệt はコンテストやコンクールなどの最高賞で、通常、候補者1名のみに与えられます。この誤訳は、漢越語の知識の乱用によると考えられます。

Bài 8

Tết Nguyên Đán 🔊 15

Từ năm 1873, Nhật Bản đón Tết Dương lịch **thay vì** đón Tết Âm lịch như các quốc gia láng giềng ở châu Á. Còn tại Việt Nam, Tết vẫn được tính theo âm lịch.

Tết Nguyên Đán là dịp lễ quan trọng nhất trong năm của người Việt. Tết Nguyên Đán được tính bắt đầu từ ngày đầu tiên của năm âm lịch, thông thường sẽ muộn hơn Tết Dương lịch từ 1 đến 2 tháng. Người Việt quan niệm rằng để khởi đầu một năm mới thuận lợi, tất cả mọi thứ đều phải chuẩn bị tươm tất trước ngày Tết chính thức. Do vậy, công việc sửa soạn cho ngày Tết thường bắt đầu trước một tuần.

Các công việc cần làm trước Tết gồm: dọn dẹp nhà cửa, trang trí lại bàn thờ, cúng ông Táo, tảo mộ, gói bánh chưng, mua bánh kẹo, hoa và cây cảnh, thanh toán nợ nần của năm trước v.v. Những việc cần làm trong dịp Tết gồm: đón giao thừa, hái lộc, xông đất, đi lễ chùa đầu năm, chúc tết và mừng tuổi v.v.

Trước đây, gói bánh chưng được **coi là** một hoạt động không thể thiếu trong dịp Tết nhưng ngày nay, vì công việc bận rộn, nhiều gia đình mua bánh chưng thay vì tự gói. Tuy nhiên, bất luận thế nào, bánh chưng cũng vẫn là biểu tượng ngày Tết mà không có bất cứ loại bánh nào có thể thay thế được. Tết **không thể** trọn vẹn **mà không** có bánh chưng.

Ngày Tết, gia đình nào cũng bày trên bàn tiếp khách đủ loại bánh kẹo, **nào là** mứt sen, **nào là** kẹo lạc, **nào là** hạt hướng dương. Hễ nhắc đến hoa trong dịp Tết là người miền Bắc sẽ nghĩ **ngay** đến hoa đào, người miền Nam sẽ nghĩ ngay đến hoa mai. Nguyên nhân chủ yếu là do khí hậu khác nhau của hai miền. Cây mai hợp với thời tiết ấm áp của miền Nam và Nam Trung bộ. Còn cây đào hợp với không khí lạnh như thời tiết cuối năm ở miền Bắc, rất khó nở hoa nếu trồng ở nơi nóng nực.

語彙　🔊 16

ăn Tết	テトを祝う
ấm áp	温暖な
ba lô	リュックサック
ban đầu	当初
bàn tiếp khách	リビングテーブル
bánh	お餅、粽やケーキなど米粉や小麦粉を加工して作った食べ物
bánh chưng	バインチュン（旧正月に作られるベトナム風ちまき）
bày	飾り付ける
bệnh nhân	病人、患者
cải thiện	良くする、改善する
cảnh sát	警察
cây cảnh	観賞用植物
châu Á	アジア
chính sách	政策
chính thức	正式な
chọn	選ぶ
chùa	寺
chúc tết	新年の挨拶をする
dịch	疫病

dọn	（食事、飲み物を）出す、お膳立てをする
dự thi	受験する
dương lịch	太陽暦
đăng ký	申し込む、登録する
điện thoại di động	携帯電話
điều khoản	条項
đối thủ	ライバル、競争相手
gói	包む
giao thừa	年越し
giới trẻ	若者
hái lộc	新芽を摘んで持って帰る
Hàn Quốc	韓国
hạt hướng dương	ひまわりの種
hít thở	呼吸する
hoa đào	桃の花（北部における迎春花）
hoa mai	黄梅（南部における迎春花）
hoàn thành	完了する、完成させる
họp	会議 đi họp：会議に出る
hộ chiếu	パスポート
hồi phục	回復する
hợp đồng	契約
hợp với ~	～に適する
kẹo lạc	ピーナッツの飴菓子
kí	署名する、サインする
khí hậu	気候
khoá học	コース、講座
không khí	空気、雰囲気
khởi đầu	開始する
láng giềng	隣接した、隣の quốc gia láng giềng：近隣国
lâu dài	長期の
lễ chùa đầu năm	初詣
máy ảnh	カメラ

máy ghi âm	レコーダー
một nửa	半分
mừng tuổi	お年玉をあげる
mứt	果物や野菜などを砂糖でコーティングされたお菓子の総称 mứt sen：ハスの実の砂糖漬け
mỹ phẩm	化粧品
năm trước	前年
noi theo ~	（人）を模範とする、～に倣う
nóng nực	蒸し暑い
nộp	納める
nợ nần	借金、債務
ngày nay	今日（こんにち）、今の時代
ngắn hạn	短期の
ổn định	安定した
ông Táo	かまど神
phàn nàn	文句を言う、苦情を言う
phong phú	豊富な、多様な
quan tâm	関心を持つ
quê	故郷、郷里 về quê：帰省する
quy định	規定する
quý vị	皆様、各位
siêu thị	スーパーマーケット
sửa soạn	支度する
tảo mộ	お墓を掃除する
tấm gương	鑑、人の手本
tính	数える、計算する
tỉnh táo	シャキッとする
tốt nghiệp	卒業する
tươm tất	（準備、支度が）整う
thanh toán	決済する
thành công	成功する
thay thế	取って替わる

thiếu	欠く
	không thể thiếu：不可欠
thực phẩm	食品
thưởng thức	（食べ物などを）味わう、満喫する
trang trí	飾る
trọn vẹn	完全な、全部そろった
trưởng phòng	部長、室長
váy cưới	ウェディングドレス
việc nhà	家事
xe cấp cứu	救急車
xông đất	（その年最初の来客者として）訪問する

▌文法解説

1. thay vì/cho ~
「代わりに」

☞ **thay (cho) + ［名詞］**
　ある役割や機能を、他のものが担うことを表す表現「～の代わりに」

Vì trưởng phòng bận nên tôi đi họp **thay** ông ấy.
部長が忙しかったので、私は彼の代わりに会議に出ました。

Từ bây giờ, tôi sẽ dạy **thay cho** thầy Minh.
これから、私はミン先生の代わりに教えます。

Gần đây, nhiều người dùng điện thoại di động **thay cho** máy ảnh và máy ghi âm.
最近、カメラやレコーダーの代わりに携帯電話を使う人が多くいます。

☞ **thay vì +〔名詞〕**
「～ではなく、（他のものにする）」「～の代わりに」

Công ty chọn dự án A **thay vì** dự án B.
会社はプロジェクト B ではなく、プロジェクト A を選びました。
Cô ấy quyết định mặc áo dài **thay vì** váy cưới.
彼女はウェディングドレスではなく、アオザイを着ることに決めました。
Nhiều người đón năm mới với bạn bè **thay vì** gia đình.
家族ではなく、友達と新年を迎える人が多くいます。

「(1) Công ty chọn dự án A thay vì dự án B.」も「(1') Công ty chọn dự án A thay cho dự án B.」も文法的に正しいですが、ニュアンスが違います。(1)では、オプションがプロジェクト A とプロジェクト B の2つあって、最初からプロジェクト B を選ばないで、プロジェクト A を選んだという意味になります。一方、(1') では、もともとプロジェクト B を選んだが、それをやめてプロジェクト A に変更したという意味になります。

☞ **thay vì +〔動詞〕**
「～するのではなく、（他のことをする）」「～代わりに」

Thay vì đi du lịch nước ngoài, tôi muốn tham gia các khoá học ngắn hạn.
海外旅行に行く代わりに、私は短期コースを受講したいです。
Năm 2022, do ảnh hưởng của dịch Covid-19, nhiều người ở lại các thành phố lớn **thay vì** về quê ăn Tết.
2022 年、Covid-19 の流行の影響により、テトを祝うために帰省する代わりに大都市に留まった人が多くいます。
Trong bữa cơm của người Việt, tất cả các món đều được dọn ra cùng một lần **thay vì** dọn ra từng món.
ベトナム人の食事では、料理を一つずつ出すのではなく、全ての料理が一遍に出されます。

☞ thay vì + ［動詞 1］ + lại + ［動詞 2］
「（本来やるべきことを）しないで、（他のことを）する」「〜代わりに」

Thay vì học bài, nó **lại** đi chơi.
勉強する代わりに、あいつは遊びに出かけました。
Khi gặp tai nạn, **thay vì** gọi xe cấp cứu, anh ấy **lại** báo cảnh sát.
事故に遭ったとき、彼は救急車を呼ぶ代わりに警察に通報しました。
Sau khi uống thuốc, **thay vì** hồi phục, bệnh nhân **lại** ốm nặng hơn.
薬を服用した後、回復する代わりに、患者は病状がより悪くなりました。

2. coi ~ như/là/như là ~
☞ coi + ［名詞 1］ + như/là/như là + ［名詞 2］
「〜を〜と考える」「〜を〜とみなす」

Bác **coi** cháu **như** con.
私はあなたを自分の子供だと考えています。
Giới trẻ Việt Nam **coi** anh ấy **là** tấm gương để noi theo.
ベトナムの若者は彼を倣うための鑑だと考えています。
Chị Vy **coi** Nhật Bản **như là** quê hương thứ hai.
ヴィさんは日本を第二の故郷だとみなしています。

☞ **Nếu ~ thì coi như (là) ~.**
「もし〜ば、〜も同然だ／〜とみなされます」

Nếu chưa thưởng thức món này **thì coi như là** anh chưa đến Nhật.
もしこの料理をまだ味わっていなければ、あなたがまだ日本に来ていない
とみなされます。
Nếu qua ngày này mà bạn chưa nộp tiền **thì coi như** bạn không đăng ký dự
thi.
もしこの日が過ぎてもあなたがまだ納金していなければ、あなたが受験を
申し込まないとみなされます。
Nếu khách hàng quan tâm **thì coi như** dự án này đã thành công một nửa rồi.
もし顧客が関心を持てば、本プロジェクトは半分成功したも同然です。

3. không thể + ［動詞］ + mà/nếu + không/thiếu ～
必須条件を表す表現

☞ không thể + ［動詞］ + mà/nếu + không + ［動詞］
「～ことなしには～できない」

Con người **không thể** sống **mà không** hít thở.
人間は呼吸することなしには生きることができません。
Tôi **không thể** tỉnh táo **mà không** uống cà phê.
私はコーヒーを飲むことなしにはシャキッとしません。
Có nhiều người **không thể** đi ngủ **nếu không** tắm.
シャワーを浴びることなしには眠ることができない人が多くいる。

☞ không thể + ［動詞］ + mà/nếu + thiếu + ［名詞］
「～なしには～できない」

Con người **không thể** sống **mà thiếu** không khí.
人間は空気なしには生きることができません。
Tôi **không thể** làm việc **mà thiếu** cà phê.
私はコーヒーなしには働くことができません。
Nhiều người Hàn Quốc **không thể** ăn ngon miệng **nếu thiếu** món kim chi.
多くの韓国人はキムチなしには美味しく食事することができません。

4. nào (là) ～ nào (là) ～
列挙される事柄が同じ場所に同じ時に集中していることを強調する表
現「～とか～とか」

Cứ gần đến Tết là mẹ bắt tôi làm rất nhiều việc nhà, **nào** dọn dẹp nhà cửa,
nào mua bánh kẹo.
テトが近づくと、家を掃除するとか、お菓子を買うとか、母は決まって私
にたくさんの家事をさせます。
Hà Nội có nhiều hồ nước tự nhiên, **nào là** Hồ Tây, **nào là** Hồ Hoàn Kiếm.
ハノイには、タイ湖やホアンキエム湖などの自然湖が多くあります。

Anh ấy lúc nào cũng phàn nàn, **nào là** lương thấp, **nào là** công việc vất vả, **nào là** phải đi làm vào thứ bảy.

彼は、給料が安いとか、仕事が大変だとか、土曜日に出勤しなければならないとか、いつも文句を言っています。

5. ngay
「すぐ」

☞ ［動詞］＋ ngay
「すぐ（に）〜する」

Anh phải đi **ngay**.
あなたはすぐに行かなければなりません。
Hãy làm **ngay** những việc bạn muốn làm.
あなたがやりたいことをすぐにやってください。
Sau khi tốt nghiệp, con trai tôi vào làm việc **ngay** tại một doanh nghiệp Nhật Bản.
卒業後、息子はすぐに日本の企業に入りました。

☞ ngay（＋［時期を表す言葉］）
時間的にすぐの意を表す表現

Anh phải về **ngay** bây giờ.
あなたは今すぐ帰らなければなりません。
Ngay hôm nay, hãy làm những việc bạn muốn làm.
今日すぐ、やりたいことをやってください。
Con trai tôi có công việc ổn định **ngay** khi về nước.
息子は帰国直後に安定した仕事に就きました。

☞ ngay ＋［場所を表す言葉］
距離的に離れていないさま、空間的にその場での意を表す表現

Cửa hàng đó ở **ngay** trước ga Tokyo.
あの店は東京駅のすぐ目の前にあります。

Tôi sống **ngay** gần nơi làm việc.

私は職場のすぐ近くに住んでいます。

Chúng ta có thể tập yoga **ngay** tại nhà.

私たちは自宅でヨガを練習することができます。

練習問題

I. 次の（　　）に最も適切な語句を ☐☐☐ から選びなさい。

1. Thời gian gần đây, tôi thường ăn đậu nành thay cho (　　).

2. Thay vì (　　), bạn hãy tự cải thiện tình hình.

3. Vào dịp Tết, gia đình chúng tôi mừng tuổi các con bằng sách thay vì (　　).

4. Nếu quý vị kí vào đây thì coi như quý vị đã (　　) với các yêu cầu của chúng tôi.

5. Ban đầu, họ coi nhau như (　　) nhưng bây giờ họ đã trở thành bạn thân của nhau.

đối thủ	tặng tiền	phàn nàn	thịt, cá	đồng ý

II. 意味が通る文になるように、左と右を繋ぎなさい。

1. Tôi không thể hoàn thành khoá học này	A. mà thiếu canh miso.
2. Anh không thể khỏi bệnh	B. mà không có sự ủng hộ của gia đình.
3. Kinh tế nước ta không thể phát triển	C. mà không đọc kỹ các điều khoản.
4. Chúng ta không thể kí hợp đồng	D. nếu không uống thuốc đúng giờ.
5. Chồng tôi không thể ăn ngon miệng	E. nếu thiếu chính sách lâu dài.

III. 次の1から5までの会話について、(   )に入れるのに最も適切なものを①②③④の中から1つ選びなさい。

1. Con trai tôi có rất nhiều ưu điểm, (   ).
   ① nào là sức khoẻ tốt, nào là có công việc ổn định
   ② nào là thường xuyên đi làm muộn, nào là nghỉ làm mà không báo trước
   ③ nào là quần áo, nào là mỹ phẩm
   ④ nào là bánh kẹo, nào là cây cảnh

2. Có nhiều việc cần làm trước khi đi du lịch, (   ).
   ① nào viết báo cáo, nào gặp khách hàng
   ② nào thường xuyên đi làm muộn, nào nghỉ làm mà không báo trước
   ③ nào chìa khoá, nào hộ chiếu
   ④ nào đặt vé máy bay, nào đặt phòng khách sạn

3. Ba lô của cô ấy lúc nào cũng chứa rất nhiều đồ, (   ).
   ① nào là viết báo cáo, nào là gặp khách hàng
   ② nào là thường xuyên đi làm muộn, nào là nghỉ làm mà không báo trước
   ③ nào là chìa khoá, nào là sách vở
   ④ nào là đặt vé máy bay, nào là đặt phòng khách sạn

4. Ngày nào tôi cũng bận, (   ).
   ① nào là đi học, nào là đi làm thêm
   ② nào là bàn, nào là ghế
   ③ nào là đọc truyện tranh, nào là xem phim
   ④ nào là ngủ, nào là ăn

5. Các loại thực phẩm được bán tại siêu thị này rất phong phú, (   ).
   ① nào bàn, nào ghế, nào xe ô-tô, nào xe máy
   ② nào thịt, nào cá, nào rau, nào hoa quả
   ③ nào giá rẻ, nào chất lượng cao, nào dịch vụ tốt
   ④ nào giá đắt, nào chất lượng thấp, nào dịch vụ kém

IV. 日本語と同様の意味になるようにベトナム語を並べ替えなさい。

1. hoàn toàn / bên cạnh / Tôi / cô ấy / ngồi / không / nhận ra / ngay / mà.
   （私がすぐ隣に座ったのに、彼女は全然気づきませんでした。）

2. Ngay khi / anh / gọi điện / cho / tôi / sẽ / đến / sân bay.
   （空港に着いたらすぐにあなたに電話します。）

3. Chúng tôi / nên / trả lời / giám đốc / phải / hỏi / ngay / ý kiến / của / không thể.
   （私たちは社長の意見を聞かなければならないので、すぐには答えられません。）

4. hãy / về / nước / Anh / ngay.
   （あなたはすぐに帰国してください。）

5. Anh ấy / hồi phục / ngay sau khi / đi công tác.
   （彼は回復するとすぐに出張に行きました。）

V. 本文を読んで、次の問いに対する答えとして最も適切なものを①②③④ の中から１つ選びなさい。

1. Vì sao Tết Nguyên Đán muộn hơn Tết Dương lịch từ 1 đến 2 tháng?
   ① Vì Tết Nguyên Đán được tính theo Dương lịch.
   ② Vì Tết Nguyên Đán được tính theo Âm lịch.
   ③ Vì công việc sửa soạn cho Tết Nguyên Đán mất nhiều thời gian
   ④ Vì Việt Nam quy định Tết Nguyên Đán phải muộn hơn Tết Dương lịch.

2. Trong những việc sau đây, việc nào là việc không làm trước Tết?
   ① Tảo mộ
   ② Gói bánh chưng
   ③ Cúng ông Táo
   ④ Chúc tết họ hàng

3. Trong những câu sau đây, câu nào phù hợp với nội dung bài khoá?
   ① Tết Dương lịch là dịp lễ quan trọng nhất trong năm của người Việt.
   ② Ngày nay, gia đình nào cũng mua bánh chưng thay vì tự gói.
   ③ Tết không thể trọn vẹn mà không có mứt sen, kẹo lạc.
   ④ Hoa trong dịp Tết tại miền Bắc và miền Nam không giống nhau.

和訳

テト（元旦節）

　1873年から、日本は、アジアの近隣諸国のように太陰暦での正月を迎える代わりに、太陽暦で正月を迎えている。一方、ベトナムでは、今も正月は太陰暦に沿って計算されている。

　テトはベトナム人の1年で最も重要な行事である。テトは太陰暦の初日から数え始められ、通常太陽暦の正月から1～2か月遅れる。ベトナム人は、1年を順調に開始するためには、すべてのことがテト本番当日までに準備が整わなければならないと考えている。そのため、テトのための支度作業は普通1週間前から始められる。

　テト前にする必要のある作業には、家の掃除、祭壇の飾りつけ、オンタオ（かまど神）へのお供え、お墓参り、バインチュン作り、お菓子やお花や観葉植物などを買う、前年の借金の清算などが含まれる。テトの期間中にする必要のあることは、年越しを迎える、ハイロック（新芽を摘んで家に持って帰る）、ソンダット（その年最初の来客者として訪問する）、初詣、新年を祝賀する、お年玉をあげる、などが含まれる。

バインチュン

　以前は、バインチュンを作るのはテトの機会において不可欠な活動とみなされていたが、現在では仕事が多忙であるため、多くの家庭が自分で作る代わりに購入している。しかし、バインチュンは依然としてどんなバインがどうやっても代わることのできないテトの

象徴である。テトはバインチュンなしには完全にならない。

　テトの日にはどの家族も、ムットセン（ハスの実の砂糖漬け）や落花生の飴やヒマワリの種などの様々なお菓子をリビングテーブルに綺麗に並べる。テトの花について言及すると、北部の人はすぐに桃の花を思い浮かべ、南部の人はすぐに黄梅を思い浮かべる。主な原因は2つの地域の気候の違いによる。黄梅の木は南部と中南部の地域の温暖な気候に適している。他方で、桃の木は北部の年末の天気のような寒い空気に適し、蒸し暑い場所で植えれば花を咲かせるのがとても難しい。

アオザイ姿の娘にテトの桃の花

Bài 9

Múa rối nước

Múa rối nước là loại hình nghệ thuật ra đời vào khoảng thế kỉ 11 ở vùng châu thổ sông Hồng, Việt Nam. Sân khấu được dựng trên mặt nước, gọi là Thuỷ đình. Con rối thường được làm từ gỗ mít, gỗ sung vì đây là loại gỗ nhẹ, dễ nổi. Các nghệ sĩ đứng sau tấm phông che, ngâm nửa mình trong nước, dùng sào, que tre, dây v.v. để điều khiển con rối. Khán giả chỉ nhìn thấy các con rối đang biểu diễn, không nhìn thấy người điều khiển. Múa rối có ở nhiều quốc gia trên thế giới, nhưng múa rối nước thì chỉ có ở Việt Nam.

Chú Tễu là nhân vật xuất hiện nhiều nhất và nổi tiếng nhất trong các tiết mục múa rối nước truyền thống. Hễ nhắc đến nhân vật này là người Việt, **kể cả** những người chưa từng xem múa rối nước, sẽ nhớ ngay đến hình ảnh con rối mang dáng dấp anh nông dân, thường đóng khố, để lộ ngực, bụng phệ, có hai chỏm tóc và luôn tươi cười. Nhân vật Tễu vừa là người mở màn, vừa là người dẫn chuyện. Nhân vật này có quyền châm biếm bất cứ nhân vật nào, từ người làng đến quan lại tham nhũng.

Múa rối nước vốn là một hoạt động giải trí trong lúc nông nhàn, người tham gia biểu diễn vốn là những nông dân, thợ thủ công nhưng hiện nay, Việt Nam đã có nhiều đơn vị múa rối chuyên nghiệp và hàng chục phường rối nghiệp dư. Tại Hà Nội thì có thể xem ở Nhà hát Múa rối Việt Nam, Nhà hát Múa rối Thăng Long v.v., tại Thành phố Hồ Chí Minh thì có thể xem ở Nhà hát Múa rối nước Rồng Vàng, Nhà hát Nghệ thuật Phương Nam v.v. **Trừ** thời gian đóng cửa do dịch Covid-19, các nhà hát biểu diễn thường xuyên, kể cả thứ bảy, chủ nhật, ngày lễ.

Trước đây, giới trẻ **không lấy gì làm** mặn mà với múa rối nước truyền thống nhưng hiện nay, **nhờ** việc các tiết mục ngày càng được dàn dựng công phu, kết hợp nhiều hiệu ứng khói, tia lửa v.v. **nên** số lượng khán giả trẻ đã tăng lên **ít nhiều**.

語彙　🔊 18

ân hận	後悔する
biểu diễn	演じる、上演する
bỏ lỡ	（機会などを）逃す、見逃す
bụng	腹
bữa ăn đêm	夜食
cấm	禁止する
con rối	パペット、人形
công phu	工夫が詰まる、入念な
cơ hội	チャンス、機会
cụ thể	具体的な、特定の
chăm chỉ	勤勉な
châm biếm	風刺する
châu thổ	三角州、デルタ
chòm	（髪の毛の）房
chuyên nghiệp	プロの
dàn dựng	（演目を）アレンジする
dáng dấp	姿 mang dáng dấp của ~：～の姿をしている
dẫn chuyện	ナレーションをする
dây	紐
doanh thu	売上高

dựng	立てる、建てる
dường như ~	～のようである
đảm nhiệm	(責任、仕事や地位などを) 引き受ける、負う
đích thân	(代行ではなく) 本人が直接に、直々に
điều khiển	操作する、操る
đóng cửa	営業を停止する、閉店する
độc đáo	独特な、ユニークな
đồng nghiệp	同僚
đơn vị	団体、組織
giải trí	気晴らしをする
giới thiệu	紹介する
giữ gìn	保つ、維持する
hải quan	税関
hi vọng	希望
hiệu ứng	(舞台) 効果
học bổng	奨学金
kết hôn với ~	～と結婚する
kiểm kê	棚卸しをする、(図書館の) 蔵書点検をする
khái niệm	概念
khán giả	観客
khói	スモーク、煙
khố	ふんどし đóng khố：ふんどしを締める
lạ	変な、奇妙な、不思議な
làng	村
lăng	霊廟 Lăng Bác：ホーチミン廟
lúc nông nhàn	農閑期
mặn mà với ~	～に興味を持つ、～に乗り気である
mặt nước	水面
mình	体、胴体
mít	パラミツ、ジャックフルーツ
mơ muối	梅干し
mở cửa	開いている、営業中

mở màn	前座を務める
múa rối nước	水上人形劇
nổi	浮く
nông dân	農民
ngày lễ	祝日
ngâm	浸す
ngón tay	指
ngực	胸
nghệ thuật	アート、芸術
nghiện	病み付きになる、中毒になる
nghiệp dư	アマチュアの
nhà hát	劇場
nhân vật	人物
nhất định	きっと、必ず
phệ	（下腹部が）ぽっこり出る
phóng viên	（新聞やテレビなどの）記者
phỏng vấn	インタビューする
phông che	幕、（水上人形劇の場合）すだれ
phường rối	水上人形劇団
quan lại	官僚
que	スティック
sáng kiến	アイデア、イニシアティブ
sào	竿
sân khấu	ステージ、舞台
số lượng	数量
sung	フサナリイチジク
táo bạo	大胆な
tia lửa	火花
tiếc	残念に思う
tiêm	注射する
tiết mục	演目
tức giận	腹を立てる、怒る
tươi cười	（表情が）にこやかで明るい
tham nhũng	汚職をする

thăng chức	昇進する
thẻ	カード
thích thú	楽しむ、楽しいと感じる
thông báo	知らせる、通報する
thợ thủ công	手工業職人
thuyền	船
tre	竹
trêu chọc	からかう
vai trò	役割、役目
vắc-xin	ワクチン
viện nghiên cứu	研究所
xuất nhập khẩu	輸出入
xuất trình	提示する
xưa	昔 từ xưa đến nay：昔から今まで
ý xấu	悪意

文法解説

1. kể cả ~

☞ **kể cả ~**
「～も含めて」「～も例外ではなく」

Tôi nhất định sẽ đến, **kể cả** khi trời mưa.
雨が降る場合も含めて、私は必ず来ます。

Mọi người, **kể cả** người đã tiêm vắc-xin Covid-19, nên đeo khẩu trang ở nơi công cộng.
Covid-19 の予防接種を受けた人を含め、すべての人は、公共の場でマスクを着用すべきです。

Không ai đồng ý với anh Dũng, **kể cả** vợ anh ấy.
ズンさんの妻も含め、誰もが彼に同意しません。

☞ **kể cả ~ nữa là ~**
 「〜も含めると〜」

Nhà anh có bao nhiêu người?
あなたの家族は何人いますか。
- **Kể cả** tôi **nữa là** 5 người.
私も含めると 5 人です。

Đội Việt Nam đã thắng mấy trận rồi?
ベトナムチームは何試合勝ちましたか。
- **Kể cả** trận đấu hôm nay **nữa là** 10 trận.
今日の試合も含めると 10 試合です。

Hằng ngày, anh ăn bao nhiêu bữa?
毎日何食食べますか。
- Bữa sáng, bữa trưa, bữa tối, rồi **kể cả** bữa ăn đêm **nữa là** 4 bữa.
朝食、昼食、夕食、それから夜食も含めると 4 食です。

2. trừ ~
☞ **trừ +** ［名詞］
 「〜を除いて」

Lăng Bác mở cửa tất cả các ngày **trừ** thứ hai và thứ sáu.
ホーチミン廟は月曜日と金曜日を除いて毎日開いています。
Tất cả nhân viên phải có mặt, **trừ** người ốm.
病人を除いて、すべての従業員が出席しなければなりません。
Mọi người đều ủng hộ ý kiến của tôi, **trừ** anh ta.
彼を除いて、誰もが私の意見を支持しました。

☞ **trừ phi** + ［仮説］
「～でない限り」「～である場合を除いて」

Tôi sẽ đến, **trừ phi** trời mưa.
雨が降らない限り、私は来ます。
Tôi sẽ không dự tiệc, **trừ phi** đích thân anh ta mời tôi.
彼が直々に私を招待しない限り、私はパーティーに参加しません。
Trừ phi công ty có quy định cụ thể, không ai có quyền cấm bạn kết hôn với
đồng nghiệp.
会社に特定の規制がある場合を除いて、あなたが同僚と結婚することを禁
止する権利は誰にもありません。

3. lấy làm + ［感情を表わす動詞・形容詞］
主体の気持ちを強調するための表現「(感情)を覚える」「(感情)を抱く」 「(感情) に思う」

Tôi **lấy làm** ngạc nhiên khi biết kết quả kỳ thi.
試験結果を知って驚きを覚えました。
Chúng tôi **lấy làm** tiếc khi biết quý vị đang gặp khó khăn về tài chính.
皆様が金銭面で困っていることを知って私たちは残念に思いました。
Tôi rất **lấy làm** ân hận vì đã nói những điều không nên nói.
言うべきでないことを言ってしまって非常に後悔しています。

否定の際は không lấy gì làm ~ の形をとります。
Giám đốc **không lấy gì làm** hài lòng đối với doanh thu tháng này.
社長は今月の売上高に対して満足していません。
Anh Dũng vừa thông minh lại vừa chăm chỉ nên tôi **không lấy gì làm** lạ khi
anh ấy được thăng chức.
ズンさんは頭がいいし、勤勉なので、彼が昇進した際私は全く不思議に思
いませんでした。
Nhiều người nước ngoài **không lấy gì làm** thích thú khi ăn mơ muối
Umeboshi lần đầu tiên nhưng sau đó lại nghiện.

多くの外国人は、梅干しを初めて食べたときにはちっとも楽しんでいなかったが、後から病み付きになります。

4. nhờ + 原因 + nên/mà + 良い結果
   「〜（の）おかげで〜」

Nhờ nhận được học bổng **nên** tôi đã có thể đi du học.
奨学金がもらえたおかげで、留学に行くことができました。
Nhờ thời tiết năm nay thuận lợi **nên** hoa đào phát triển tốt.
今年の天気が順調だったおかげで、桃の花はよく育っています。
Nhờ những sáng kiến của họ **mà** tình hình đã được cải thiện.
彼らのアイデアのおかげで、状況は改善されました。

5. ít nhiều ~
   「多少」

Khái niệm thành công dường như đã thay đổi **ít nhiều**.
成功の概念は多少変わったようです。
Chính sách mới đã mang lại **ít nhiều** hi vọng cho các doanh nghiệp vừa và nhỏ.
新しい政策は中小企業に多少の希望をもたらしました。
Tôi đã làm việc 3 năm tại một công ty xuất nhập khẩu nên biết **ít nhiều** về thủ tục hải quan.
私は輸出入会社で３年間働いていたので、税関手続きについて多少知っています。

練習問題

I. 次の掲示を読み、（　　）に入れるのに最も適切なものを kể cả、trừ、trừ phi の中から１つ選びなさい。

> **Thư viện KHUYẾN HỌC**
> Giờ mở cửa
> Từ thứ hai đến chủ nhật
> Sáng: Từ 7 giờ đến 12 giờ
> Chiều: Từ 13 giờ đến 17 giờ
> Lưu ý: - Chiều chủ nhật Thư viện đóng cửa để kiểm kê.
> - Sáng thứ hai Thư viện đóng cửa để họp.
> - Sinh viên xuất trình thẻ tại tầng 1. Trường hợp trả sách, không cần xuất trình thẻ.

1. Thư viện mở cửa cả tuần, (　　) thứ bảy và chủ nhật.
2. Thư viện mở cửa cả tuần, (　　) chiều chủ nhật và sáng thứ hai.
3. Sinh viên cần xuất trình thẻ, (　　) đến trả sách.

II. 次の（　　）に最も適切な語句を ▢ から選びなさい。

1. Tôi lấy làm (　　) phải thông báo cho anh rằng công ty đã chọn ứng viên khác.
2. Cô ấy thường đưa ra những quyết định táo bạo nên anh đừng lấy làm (　　).
3. Anh phóng viên lấy làm (　　) vì đã bỏ lỡ cơ hội phỏng vấn thủ tướng Nhật Bản.
4. Ông ấy không lấy gì làm (　　) khi nghe thông báo về chuyến công tác nước ngoài.
5. Dù bị bạn bè trêu chọc nhưng anh Minh không lấy gì làm (　　) vì anh ấy biết họ không có ý xấu.

ân hận	tức giận	vui vẻ	tiếc	khó hiểu

III. 「Nhờ ~ nên/mà ~」と次の語句を使って文を作りなさい。

1. có sự giúp đỡ của các anh + chúng tôi đã hoàn thành công việc một cách thuận lợi
2. thầy giáo giới thiệu + tôi được làm việc ở viện nghiên cứu này
3. thực hiện chính sách mới + Việt Nam đã thoát khỏi nhóm quốc gia nghèo
4. giám đốc nhắc nhở + tôi đã nhận ra sai sót của mình trước khi quá muộn
5. sự tiến bộ của y học + tuổi thọ trung bình của người Việt Nam đã tăng lên 73 tuổi

IV. 次の（　　）に最も適切な語句を □ から選びなさい。

1. Món nem rán của nhà hàng này ngon (　　).
2. Chị đợi tôi (　　) nhé.
3. Tôi đã (　　) lo lắng khi anh ấy không nghe điện thoại.
4. Họ đã có (　　) sáng kiến để cải thiện tình hình.
5. Anh nên giữ gìn sức khoẻ, không nên làm việc (　　) sức.

quá	rất	một chút	lắm	ít nhiều

V. 本文を読んで、次の問いに対する答えとして最も適切なものを①②③④ の中から１つ選びなさい。

1. Các nghệ sĩ điều khiển con rối bằng cách nào?
   ① Ngồi trên thuyền và điều khiển con rối bằng sào, que tre và dây.
   ② Ngồi sau tấm phông che và điều khiển con rối bằng bằng các ngón tay.
   ③ Đứng trước khán giả và điều khiển con rối bằng các ngón tay.
   ④ Đứng sau tấm phông che và điều khiển con rối bằng sào, que tre và dây.

2. Chú Tễu là nhân vật như thế nào?
   ① Mang dáng dấp người nông dân và luôn tươi cười.
   ② Đồng thời đảm nhiệm nhiều vai trò, ví dụ như người mở màn, người dẫn chuyện.
   ③ Có thể châm biếm bất cứ nhân vật nào.
   ④ Tất cả các đáp án trên.

3. Trong những câu sau đây, câu nào phù hợp với nội dung bài khoá?
   ① Múa rối nước là loại hình nghệ thuật độc đáo của Việt Nam.
   ② Từ xưa đến nay, múa rối nước luôn được giới trẻ Việt Nam yêu thích.
   ③ Ở Việt Nam không có nghệ sĩ biểu diễn múa rối nước chuyên nghiệp.
   ④ Từ xưa đến nay, cách dàn dựng tiết mục múa rối nước không có bất cứ thay đổi nào.

▌和訳

水上人形劇

　水上人形劇はベトナムの紅河デルタで11世紀ごろに誕生した芸術の1種である。舞台は水上に建てられ、トゥイ・ディン（水亭）と呼ばれる。人形は普通、軽くて浮かびやすいジャックフルーツの木やフサナリイチジクの木から作られる。役者は皆すだれの幕の後ろに立ち、身体の半分を水中に浸し、人形を操るために竿や竹のスティック、紐などを使う。観客は人形が演じているところだけが見え、操作している人が見えない。人形劇は世界の多くの国にあるが、水上人形劇はベトナムにしかない。

　チュー・テウ（テウおじさん）は、伝統的な水上人形劇の演目に

おいて最も多く出演する最も有名
な人物である。この人物について
言及すると、まだ水上人形劇を見
たことのない人も含めベトナム人
は、農夫の姿をして、いつもふん
どしを締めて胸を露出して、下っ
腹がぽっこり出て、2つの髪の毛
の房があり、いつもにこやかで明
るい人形が頭に浮かぶ。テウとい
う人物は、前座を務め、かつナレー
ターをする人である。この人物に
は村人から汚職をする役人まで、
どんな人に対しても風刺する裁量
がある。

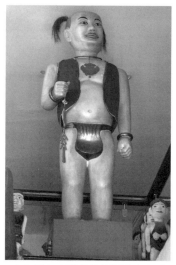

タンロン人形劇場に展示されて
いるチュー・テウ像

タンロン人形劇場

　水上人形劇はもともと、農閑期の間の気晴らしのための活動で、
参加して演じる人はもともと農民や手工業職人だったが、現在はベ
トナムには多くのプロの人形劇の団体や何十ものアマチュアの劇団
ができた。ハノイでは、ベトナム人形劇場、タンロン（昇竜）人形
劇場などで、ホーチミン市では、ゾンヴァン（金竜）水上人形劇場

やフオンナム（南方）芸術劇場などで観ることができる。Covid-19の流行によって営業を停止した期間を除き、すべての劇場は普通土日祝日も含めて営業している。

　以前は、若者は伝統的な水上人形劇に関心を全く持たなかったが、現在は演目が日増しに工夫を凝らしてアレンジされ、スモークや火花などの舞台効果が多く取り入れられたおかげで、若者の観客数は多少増加した。

史上初の日越カップル

　荒木宗太郎は、17世紀初期の朱印船貿易商です。彼は長崎から広南国（現在のベトナム中部）へ赴き、国主グエン・フック・グエン（Nguyễn Phúc Nguyên、阮福源）から信頼を得てグエン・タイ・ラン（Nguyễn Thái Lang、阮太郎）という名前を与えられた後、王女ゴック・ホア（Ngọc Hoa、玉華）姫との結婚を許されました。宗太郎は姫を長崎に迎えましたが、姫はよくベトナム語で夫のことを「Anh ơi」と呼んでいたため、長崎の人々から「アニオーさん」として親しまれていました。

　アニオー姫の輿入れの様子は、今も長崎の祭事「長崎くんち」において、7年に1度「御朱印船」の演目で再現され続けています。また、日越外交関係樹立50周年を記念して、二人の愛の物語を描いたオペラ「アニオー姫」が両国合作で制作されて、2023年9月22日にハノイオペラハウスにて世界初演、同年11月4日に昭和女子大学・人見記念講堂で日本初演を大盛況で終えました。

文廟

　Văn Miếu（文廟）はハノイ観光で絶対に外せないスポットの一つです。文廟は孔子を祀るために 1070 年に建立されました。その後、1076 年にベトナム初の大学 Quốc Tử Giám（国子監）が敷地内に開設されて、貴族の子弟が学んでいました。敷地内に亀の石像の上に置かれた石碑が 82 基並んでいます。これらの石碑には 1442 年から 1779 年まで行われた高級官吏の登用試験（科挙）に合格した進士達の成績や身分が刻まれています。亀の頭は、撫でると試験に合格すると言われて、撫でられすぎてツルツルピカピカになっています。現在は、保護のため、柵が設置されて、亀に触ることができなくなりましたが、依然としてベトナム全国から多くの受験生が合格祈願に訪れています。

文廟

Bài 10

Hai Bà Trưng 🔊 19

Trong lịch sử kháng chiến chống xâm lược, phụ nữ Việt Nam luôn có vai trò quan trọng ở tiền tuyến **chứ không** quanh quẩn ở hậu phương. Mở đầu truyền thống "giặc đến nhà, đàn bà cũng đánh" này là Hai Bà Trưng.

Năm 218 trước Công nguyên, quân Tần tràn xuống xâm lược các nước phương Nam. Thục Phán lãnh đạo tộc người Âu Việt và người Lạc Việt đánh lui quân Tần rồi dựng nước Âu Lạc, xưng là An Dương Vương, đóng đô ở Cổ Loa (nay thuộc địa phận huyện Đông Anh, Hà Nội). Năm 179 trước Công nguyên, Triệu Đà – vua nước Nam Việt (thuộc miền Nam Trung Quốc ngày nay) chiếm nước Âu Lạc, chia thành quận Giao Chỉ và quận Cửu Chân, sáp nhập vào Nam Việt. Từ đó, nước Âu Lạc rơi vào ách đô hộ của phương Bắc.

Năm 111 trước Công nguyên, nhà Hán chiếm nước Nam Việt, lập ra Giao Chỉ bộ, gồm chín quận. Mỗi quận có một Thái thú. Năm 34, Tô Định được cử làm Thái thú quận Giao Chỉ. Tô Định nổi tiếng tham lam, tàn bạo, khiến **người người rất đỗi** oán hận. Năm 40, Tô Định giết Thi Sách. Vợ Thi Sách là Trưng Trắc cùng với em gái là Trưng Nhị cưỡi voi, phất cờ khởi nghĩa, đem quân đánh Tô Định. Tô Định sợ hãi, phải cắt tóc, cạo râu, giả dạng thường dân để bỏ trốn. Quân Hai Bà Trưng nhanh chóng hạ được 65 thành trì, gồm toàn bộ lãnh thổ nước Âu Lạc cũ. Trưng Trắc lên ngôi vua, lấy "Trưng Vương" làm tên hiệu, đóng đô ở quê nhà là huyện Mê Linh (nay thuộc địa phận Hà Nội).

Cuộc khởi nghĩa Hai Bà Trưng có ý nghĩa to lớn trong thời kỳ Bắc Thuộc **nói riêng** và lịch sử Việt Nam **nói chung**. Nhờ cuộc khởi nghĩa này mà thời kỳ Bắc thuộc lần thứ nhất kết thúc sau hơn hai thế kỉ.

Năm 42, nhà Hán sai Mã Viện đưa hai vạn quân sang đánh Hai Bà Trưng. Quân Hai Bà Trưng **không hề** run sợ, nhưng do chênh lệch về lực lượng nên đã thất bại. Tháng 3 năm 43, Hai Bà Trưng tử trận. Thời kỳ Bắc thuộc lần thứ hai bắt đầu từ đó.

語彙 (◀)) 20

áp lực	プレッシャー、圧力
biến chứng	合併症
bỏ trốn	逃げる、逃げ出す、逃亡する
cạo	剃る
con vật	動物
công nghệ cao	ハイテク
cung cấp	供給する、提供する
cử làm ~	～に任命する
cưỡi	（動物の背に）乗る
chất	積み重ねる、積み重なる
chênh lệch	差、格差
chữa	治す、直す
dắt	（子供や犬などを）手で引いていく
dễ chịu	快適な、心地良い
dị ứng	アレルギー
diện tích	面積
duy nhất	唯一の
dưa hấu	スイカ
đánh	打つ、攻撃する

đánh lui	退陣させる
đi dạo	散歩する
đô hộ	支配する rơi vào ách đô hộ của ~：〜の支配下に陥る
Đông Nam Á	東南アジア
gần gũi	身近な
gấp	畳む
giả dạng	変装する
giải pháp	ソリューション
giặc	敵、敵軍
giăng	（クモが巣を）張る、（霧が）かかる
giận	腹が立つ、怒る
giết	殺す
hạ	打ち倒す、落とす
hắt xì hơi	くしゃみをする
hậu phương	銃後
huy chương	メダル
huyện	漢字表記では「県」。現在のベトナムの行政区分では、日本の郡に相当。
kết thúc	終了する、終結する
kêu gọi	呼びかける
kháng chiến	抗戦する
khởi nghĩa	（権威などに対して）抵抗する、反乱する、蜂起する
lãnh đạo	指導する、率いる
lãnh thổ	領土
lao công	清掃員
lên ngôi vua	王座に就く、王となる
lịch sử	歴史
lĩnh vực	分野
lít	リットル
lực lượng	軍勢
mở đầu	開始する
nội trợ	家事 bà nội trợ：主婦

nhà đầu tư	投資家
nhà Hán	漢朝
nhện	クモ mạng nhện：クモの巣
oán hận	憎悪の念を抱く
phản chiếu	反映する
phất	（旗などを）振る
phương ~	（東西南北の）方向 phương Đông：東方、東洋 phương Tây：西方、西洋 phương Nam：南方 phương Bắc：北方
quanh quẩn	うろつく、ぶらつく
quân	軍
quận	漢字表記では「郡」。現在のベトナムの行政区分では、日本の大都市の区に相当。
quê nhà	地元の町、故郷の町、ホームタウン
Quốc khánh	建国記念日、国慶節
râu	ひげ
run sợ	怯える
sai	命令する
sáp nhập vào ~	～に合併する
say	酔っ払う
sợ hãi	恐怖を覚える
tác dụng	効果、作用
tạm thời	一時的な
tàn bạo	凶悪な
tàu điện	電車
Tần	秦（中国の王朝名）
tầng lớp	階層
tiền tuyến	前線
tộc	族
tư cách	資格
tử trận	戦死する

Thái thú	太守
tham lam	貪欲な、強欲な
thành trì	城、城郭
thân thiết	親しい
thi đua	競う
thôn quê	田舎
thời kỳ Bắc Thuộc	北属期（ベトナムが中国の諸王朝に服属していた時期）
thua	負ける
thực dụng	実利的な
thực tế	現実的な
thường dân	庶民
thượng lưu	上流階級の
tràn xuống	溢れるように降りてくる
trâu	水牛
trở về	戻る、帰る
trước Công nguyên	西暦紀元前
trưởng thành	成長する người trưởng thành：成人、大人
vạn	万
xâm lược	侵攻する
xưng là ~	～と称する、名乗る

文法解説

1. ~ chứ không ~
前件の内容を主張しながら、後件の内容を強く否定する表現
「～のではなく、～なのです」

Nhiều phụ nữ Việt Nam sau khi kết hôn vẫn đi làm **chứ không** ở nhà làm nội trợ.

多くのベトナム人女性は、結婚後でも、家庭にいて主婦をするのではなく、依然として働きます。

Tôi sống thực tế **chứ không** thực dụng.

私は実利的ではなく、現実的に生きているのです。

Huy chương Vàng là mục tiêu **chứ không** phải là áp lực.

金メダルは、プレッシャーではなく、目標なのです。

2. 単音節名詞の全体反復
「どの〜もみな」

単音節名詞全体をそっくりそのまま反復することにより、数が多い、または頻度が高いことを表します。代表格は以下のような言葉が挙げられます。

Mạng nhện giăng **lớp lớp**.

クモの巣は幾重にもかさなって張ってあります。

Những quả dưa hấu chất **tầng tầng** trên xe tải.

トラックの上にスイカが山積みになっています。

Chủ tịch Hồ Chí Minh đã kêu gọi: "**Người người** thi đua, **ngành ngành** thi đua, **ngày ngày** thi đua!"

ホーチミン主席は「誰もが競う、どの業界も競う、毎日競う」と呼びかけていました。

Tối tối, bố thì dạy tôi học bài, mẹ thì gấp quần áo.

毎晩、父は私に勉強を教えてくれて、母は服を畳んでいます。

Nhà nhà treo cờ mừng Quốc khánh 2/9.

家々は９月２日の建国記念日を祝うために旗を掲げています。

Sáng sáng, **chiều chiều**, ông tôi dắt chó đi dạo.

毎朝、毎夕、祖父は犬の散歩に行きます。

Những người lao công **đêm đêm** làm sạch đường phố.

清掃員は毎夜、街路の掃除をしています。

一部の疑問代名詞も繰り返すことができますが、疑問を強調するためではなく、対応する名詞の複数形を示すためです。

Từ thành phố đến thôn quê, **đâu đâu** cũng có quán karaoke.

都会から田舎まで、至る所にカラオケバーがあります。

Khi nghe tin đó, **ai ai** cũng vui mừng.
その知らせを聞いたとき、誰もが喜びました。

単音節名詞の反復と違って、単音節形容詞は、全体をそっくりそのまま、あるいは、声調や末子音などを部分的に変化させて反復すると、単音節語より度合いが弱まります。例えば以下のような形容詞が挙げられます。

ấm（温かい）	>	**âm ấm**（やや温かい）
buồn（寂しい）	>	**buồn buồn**（やや寂しい）
chậm（遅い）	>	**chầm chậm**（ややゆっくり）
đen（黒い）	>	**đen đen**（やや黒い）
đỏ（赤い）	>	**đo đỏ**（やや赤い）
khó（難しい）	>	**kho khó**（やや難しい）
lạ（変な）	>	**là lạ**（少し変な）
lạnh（寒い）	>	**lành lạnh**（肌寒い）
nhỏ（小さい）	>	**nho nhỏ**（やや小さい）
thơm（香りがいい）	>	**thơm thơm**（やや香りがいい）
vui（嬉しい）	>	**vui vui**（やや嬉しい）
xa（遠い）	>	**xa xa**（やや遠い）
xanh（青い）	>	**xanh xanh**（やや青い）

3. rất đỗi/quá đỗi + ［形容詞・感情動詞］
「非常に〜」「あまりにも〜」

Con trâu là con vật **rất đỗi** gần gũi với người Việt.
水牛はベトナム人に非常に身近な動物です。
Thành phố Hồ Chí Minh **rất đỗi** tự hào là địa phương duy nhất được đặt tên theo tên Bác Hồ.
ホーチミン市は、ホーおじさんにちなんで名付けられた唯一の地域であることを非常に誇りに思っています。
Giường gấp là giải pháp **quá đỗi** thông minh vì vừa tiết kiệm diện tích lại vừa tiện lợi.
折りたたみベッドは、省スペースだし、便利なので、非常にスマートなソ

リューションです。

Tôi đã không nói nên lời vì **quá đỗi** ngạc nhiên.

驚きのあまり、声も出ませんでした。

4. A nói riêng, B nói chung/B nói chung, A nói riêng
A が B の一部であり、A と B の間に包含関係があることを表します。
「B 全般、特に A は〜」

Người Việt **nói chung**, phụ nữ Việt Nam **nói riêng**, rất coi trọng gia đình.

ベトナム人全般、特にベトナム人女性は家族をとても大切にしています。

Việt Nam chào đón các nhà đầu tư **nói chung** và nhà đầu tư lĩnh vực công nghệ cao **nói riêng**.

ベトナムは投資家全般、特にハイテク分野の投資家を歓迎します。

Nhã nhạc là niềm tự hào của người dân Huế **nói riêng** và người Việt Nam **nói chung**.

雅楽は、特にフエの人々、そしてベトナム人全般の誇りです。

5. không hề + ［動詞・形容詞］
「全く〜ない」

Kể từ đó, anh ấy **không hề** trở về nhà.

それ以来、彼は全く家に帰っていません。

Chúng tôi từng nói chuyện nhưng **không hề** thân thiết.

私たちは話したことがありますが、全く親しくないです。

Em giận anh à?

私のことを怒っていますか。

- Không, **không hề**!

いいえ、全然（怒っていません）。

練習問題

I. 意味が通る文になるように、左と右を繋ぎなさい。

1. Cô ấy muốn được biết đến với tư cách là một ca sĩ
2. Tôi hắt xì hơi vì bị dị ứng
3. Doanh nghiệp phải bán những cái khách hàng cần
4. Anh ta làm chỉ vì tiền
5. Thuốc này chỉ có tác dụng tạm thời

A. chứ không vì niềm yêu thích đối với công việc.
B. chứ không phải cảm lạnh.
C. chứ không phải là một người đẹp biết hát.
D. chứ không thể chữa khỏi.
E. chứ không chỉ bán cái mình có.

II. 次の文の（　　）内から正しいほうを選びなさい。

1. Nhà văn Tô Hoài được (người / người người) yêu mến.
2. Một người trưởng thành cần khoảng 2 lít nước mỗi (ngày / ngày ngày).
3. Ở Việt Nam, rất ít nhà có bồn tắm nhưng ở Nhật thì hầu như (nhà / nhà nhà) nào cũng có.
4. (Tối / Tối tối), bố mẹ tôi cùng nhau đi bộ quanh Hồ Hoàn Kiếm.
5. Chúng tôi cung cấp dịch vụ dành cho (tầng lớp / tầng tầng lớp lớp) thượng lưu.

III. 次の文の（　　）に nói chung か nói riêng を書き入れなさい。

1. Khách du lịch (　　), khách du lịch từ Nhật Bản (　　), ai cũng thích món ăn đường phố của Việt Nam.
2. Ở Nhật Bản (　　), ở Kyoto (　　) có rất nhiều ngôi chùa cổ.
3. Tôi sẽ nói về các chính sách của Mỹ ở châu Á (　　) và Đông Nam Á (　　).
4. Nghệ thuật (　　) và âm nhạc (　　) là tấm gương phản chiếu cuộc sống.
5. Thị trường sách (　　) và sách thiếu nhi (　　) phát triển mạnh trong những năm gần đây.

IV. 次の（　　）に最も適切な語句を [　　] から選びなさい。

1. Tuy cuộc sống còn nhiều khó khăn nhưng tôi không hề (　　) về con đường mình đã chọn.
2. Đi tàu điện vào giờ cao điểm là việc không hề (　　) chút nào.
3. Ông ấy đã uống hết hai chai rượu nhưng không hề (　　).
4. Bệnh này không nguy hiểm nhưng nếu không chữa thì sẽ dẫn đến những biến chứng không hề (　　).
5. Việc sáp nhập lần này không hề (　　) đến chất lượng sản phẩm.

nhẹ	say	ảnh hưởng	ân hận	dễ chịu

V. 本文を読んで、次の問いに対する答えとして最も適切なものを①②③④ の中から１つ選びなさい。

1. An Dương Vương là vua nước nào?
   ① Nam Việt
   ② Âu Lạc
   ③ Âu Việt
   ④ Giao Chỉ

2. Vì sao Tô Định bị người người oán hận?
   ① Vì Tô Định là Thái thú quận Giao Chỉ
   ② Vì Tô Định tham lam, tàn bạo
   ③ Vì Tô Định đã giả dạng thường dân để bỏ trốn
   ④ Vì Tô Định thua Hai Bà Trưng

3. Vì sao cuộc khởi nghĩa Hai Bà Trưng có ý nghĩa to lớn trong lịch sử Việt Nam?
   ① Vì Hai Bà Trưng đã thất bại do chênh lệch về lực lượng
   ② Vì Hai Bà Trưng đã cưỡi voi, phất cờ khởi nghĩa, đem quân đánh Tô Định
   ③ Vì Trưng Vương đóng đô ở quê nhà là huyện Mê Linh

④ Vì nhờ cuộc khởi nghĩa này mà thời kỳ Bắc thuộc lần thứ nhất kết thúc sau hơn hai thế kỉ

和訳

ハイ・バ・チュン（徴姉妹）

　侵略に対する抗戦の歴史にわたって、ベトナム女性はいつも、銃後をうろつくのではなく、前線において重要な役目を担ってきた。この「敵が家に来たら女も戦う」という伝統を始めたのは正にハイ・バ・チュンである。

　紀元前218年、秦軍は南方の国々に侵略しに南下した。トゥック・ファン（蜀泮）はアウ・ベト（甌越）族とラック・ベト（貉越）族を率いて秦軍を退陣させてからアウ・ラック（甌貉）国を建て、アン・ズオン・ヴオン（安陽王）と称し、コーロア（古螺、現在のハノイ市ドンアイン郡に属する）に都を置いた。紀元前179年、南越国の王チェウ・ダー（趙佗）（現在の中国南部地域に属する）はアウ・ラック国を奪い、交趾郡と九真郡に分け、南越国に合併した。それから、アウ・ラック国は北方（※中国）の支配下に陥ったのである。

　紀元前111年、漢朝が南越国を奪い、9つの「郡」を含んだ交趾部を設立した。それぞれの「郡」には太守が一人いた。34年、トー・ディン（蘇定）が交趾郡の太守に任命された。トー・ディンは強欲で凶悪なことで有名で、人々に非常に憎悪の念を抱かせた。40年、トー・ディンはティー・サイック（詩索）を殺した。ティー・サイックの妻であるチュン・チャック（徴側）はその妹であるチュン・ニ（徴貳）とともに象に乗り、反乱の旗を振り、軍を率いてトー・ディンと戦った。トー・ディンは恐怖を覚え、髪を切り、ひげをそり、庶民に変装して逃げた。ハイ・バ・チュンの軍はすぐさま旧アウ・ラッ

ク国の領土すべてを含め65の城を落とした。チュン・チャックが王となり、「チュン・ヴオン」（徴王）を号とし、地元の町であるメリン郡（現在のハノイ地方に属する）に都を置いた。

　ハイ・バ・チュンの反乱は北属期をはじめベトナムの歴史の中で大きな意義を持つ。この反乱のおかげで、2世紀以上続いた北属期の前半が終結することになった。42年、漢朝はマ・ヴィエン（馬援）に、2万の兵士を連れてハイ・バ・チュンを倒しに行くよう命令した。ハイ・バ・チュンの軍は全く怯えなかったが、軍勢の差が原因で負けた。43年3月、ハイ・バ・チュンは戦死した。そこから、北属期の後半が始まったのである。

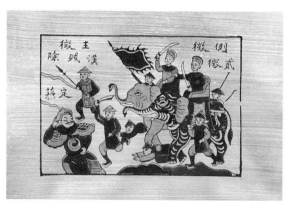

ドンホー版画「徴姉妹」

ドンホー版画

　ドンホー版画、正式名称ドンホー民間木版画（Tranh khắc gỗ dân gian Đông Hồ）は、17世紀頃からバクニン省トゥアンタイン郡ソンホー町ドンホー村で制作されているベトナムの伝統的な版画です。

　ドンホー版画を特徴づけるのは、色、文字、ストーリーを組み合わせて木彫りの板から手刷りされること、素材がすべて天然であることです。紙はゾー（dó）の木の樹皮から作られ、粉末状にされた貝殻の真珠層が塗られるので絶妙な光沢を放っています。色材は、黒は竹の葉の炭、赤は朱色の小石から、青は藍や銅の錆から、黄色はエンジュ（hoè）の花の蕾などから、白は貝柄から作られます。絵を1枚刷るには、2〜5枚の木版が必要です。各版はそれぞれ1色に対応しています。最初に刷るのは濃い色、次に薄い色、最後に黒で絵が完成します。

　題材は、雄鶏が描かれる「Đại cát」（大吉）など幸福の願いを込めた絵の他、「Hứng dừa」（ココナッツをキャッチする）など生活の様子、「Hai Bà Trưng」（徴姉妹）など歴史上の人物や、「Đám cưới chuột」（ネズミの嫁入り）など封建時代を風刺したものもあります。

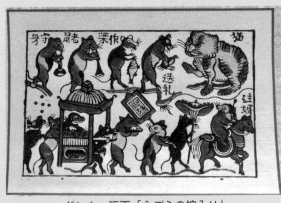

ドンホー版画「ネズミの嫁入り」

贈り物いろいろ

　ハンカチは、日本でもベトナムでも「手切れ」の意味があるため、結婚祝いや恋人への贈り物として避けられます。一方、鉢植えの植物は、日本では、根を張っていることから「根付く」、そこから「寝付く」と病気が長引くことを連想させるため、お見舞いに相応しくないとされていますが、ベトナムでは、そのようなイメージが全くありません。動物に対する認識にも相当な違いがあります。例えば、フクロウは、日本では、夜目が利くことで「見通しが明るい」と言われたり、「福来郎」や「不苦労」などの縁起の良い当て字もあてられたりして、幸せを引き寄せる鳥として広く知れ渡っています。ところが、ベトナムでは、フクロウが家の破風で鳴くと、その家で間もなく誰かが死ぬという迷信により、縁起の悪い鳥で、邪悪の象徴だと古くから言われています。そのため、ベトナム人は自分の家にフクロウの飾りを置かず、もちろん他人に贈ることもありません。

　祝う気持ち、感謝の気持ちや謝罪の気持ちなど、贈り物はさまざまな気持ちを伝えるためのすばらしいコミュニケーション手段です。しかし、日本では大人気でも海外ではタブーとされている贈り物が少なくありません。何も知らずにタブーな品を贈って受け取る側を不快にさせてしまわないように、相手の国のことを知ろうする姿勢を常に持ちましょう。

Bài 11

Bác Hồ

Trong **suốt** cuộc đời mình, Chủ tịch Hồ Chí Minh đã sử dụng trên dưới 170 tên gọi khác nhau nhưng người Việt Nam đương đại đều gọi **Người** là Bác Hồ. Trong tiếng Việt, "bác" là đại từ nhân xưng chỉ người anh của bố, hoặc chỉ người nhiều tuổi hơn bố mẹ mình. Tuy nhiên, ngay cả những gia đình "tứ đại đồng đường", không chỉ con cái mà cả ông bà, cha mẹ, cháu chắt cũng gọi như vậy. Tức là, cách gọi "Bác Hồ" **đã** vượt qua khái niệm tuổi tác. Nói cách khác, người Việt gọi "Bác Hồ" không phải theo vai vế mà để thể hiện sự yêu mến, tấm lòng kính trọng, biết ơn đối với Chủ tịch Hồ Chí Minh.

Ngày 05/6/1911, Bác Hồ đã lên con tàu tên là Đô đốc Latusơ Tơrêvin, bắt đầu chuyến hành trình tìm đường cứu nước kéo dài 30 năm. Trong *Những mẩu chuyện về đời hoạt động của Hồ Chủ tịch* của Trần Dân Tiên có một trong những mẩu chuyện nổi tiếng nhất liên quan đến sự kiện này. Đó là mẩu chuyện *Hai bàn tay* dưới đây.

HAI BÀN TAY

Một hôm, khi đi dạo cùng một người bạn, anh Ba (tên Bác sử dụng lúc đó) đột nhiên hỏi:

- Anh Lê! Anh có yêu nước không?

Người bạn ngạc nhiên, đáp:

- Tất nhiên là có **chứ**!

Anh Ba hỏi tiếp:

- Anh có thể giữ bí mật không?

- Có.

- Tôi muốn đi ra nước ngoài, xem nước Pháp và các nước khác. Sau khi xem họ làm như thế nào, tôi sẽ trở về giúp đồng bào chúng ta. Nhưng đi một mình, thật ra cũng có nhiều mạo hiểm, ví dụ như khi đau ốm… Anh muốn đi với tôi không?

- Nhưng bạn ơi! Chúng ta lấy đâu ra tiền mà đi?

- Đây, tiền đây! – Anh Ba vừa nói vừa giơ hai bàn tay.

- Chúng ta sẽ làm việc. Chúng ta sẽ làm bất cứ việc gì để sống và để đi. Anh cùng đi với tôi chứ?

Lúc đó, vì bị lôi cuốn vì sự hăng hái của anh Ba, anh Lê đồng ý nhưng sau đó, anh Lê không có đủ can đảm để giữ lời hứa. Còn Bác Hồ, Bác đã làm nhiều nghề khác nhau, **hết** phụ bếp **đến** thợ làm vườn, thủy thủ, bồi bàn, thợ đốt lò, phiên dịch viên, phóng viên, giáo viên v.v. và đi khắp năm châu để tìm đường giải phóng dân tộc.

語彙

22

bảo vệ	保護する、守る
bí mật	秘密
biện pháp	措置、対策
bồi bàn	ウェイター
can đảm	勇気のある、勇敢な
cất cánh	（飛行機が）離陸する
cô dâu	花嫁、新婦
cứu	救う
chắt	曾孫
chế độ	制度

chính phủ	政府
chú rể	花婿、新郎
chúc mừng	祝う、祝辞を述べる
dạo này	近頃、最近
đảng	政党 chế độ đa đảng：複数政党制、多党制
đại từ nhân xưng	人称代名詞
đau ốm	病気になる、（病気を）患う
địa điểm	地点、ロケーション
đô đốc	提督
đồng bào	同胞
đột nhiên	突然に
đương đại	現代の、今風の
giải phóng	解放する
giảm cân	体重を減らす、減量する
giọt	滴
giơ	差し出す
hạ cánh	（飛行機が）着陸する
hành lý	手荷物、荷物
hành trình	行程
hăng hái	熱心な、熱烈な
kéo dài	（物事がある時間・期間の最後まで）続く、長引く
kiếm tiền	お金を稼ぐ
kính trọng	尊敬する
lễ cưới	結婚式
lôi cuốn	惹きつける
mạo hiểm	危険な、冒険的な
mặn	しょっぱい、塩辛い
mẩu	小片、断片 mẩu chuyện：小話
mồ hôi	汗
một hôm	ある日
năm châu	五大州

nói cách khác	別の言い方をすれば
nhạt	(味が) 薄い
nhịn ăn	断食する
pháp luật	法律、法
phiên dịch viên	通訳者
phụ bếp	調理補助
quảng trường	広場
sáng lập	創設する
sốt ruột	イライラする
sự kiện	出来事、事件、イベント
tập thể dục	運動する、体操する
tên gọi	名称
~ tiếp	また~する、引き続いて~する
Tuyên ngôn độc lập	独立宣言
từ trần	逝去する
tứ đại đồng đường	4世代（曾祖父母・祖父母・父母・子）同居
tức là	つまり
than thở	愚痴を言う
thật ra	実は
thợ làm vườn	庭師
thợ đốt lò	火夫、缶焚き
thủ đô	首都
thủy thủ	船員
thử	試す
trải nghiệm	経験する、体験する
trước mắt	今のところ、当分の間
vai vế	(人間関係における) 地位
vắng nhà	家を留守にする
xuất phát	出発する
yêu nước	国を愛する

文法解説

1. suốt

☞ **suốt** + ［期間を表す言葉］
「～中」「～を通して」「～にわたって」

Em gái tôi nói **suốt** ngày.
妹は一日中喋っています。
Suốt từ sáng đến tối, anh ấy không hề nói một lời nào.
朝から晩まで、彼は一言も口をききませんでした。
Trong **suốt** cuộc đời mình, Văn Cao đã sáng tác khoảng 50 bài hát.
ヴァン・カオは、自身の生涯にわたって、およそ50曲を作りました。

☞ ［動詞］ + **suốt**
「ずっと～」

Hè năm nay, tôi ở nhà **suốt**.
今年の夏はずっと家にいました。
Tôi muốn nói chuyện trực tiếp với ông ấy nhưng ông ấy đi công tác **suốt**.
彼と直接話したかったのですが、彼はずっと出張でした。
Tôi rất sốt ruột vì sắp đến kỳ thi tốt nghiệp rồi mà con trai tôi cứ chơi **suốt**.
もうすぐ卒業試験なのに息子が相変わらずずっと遊んでいるので私はとてもイライラしています。

2. キャピトニム

ベトナム語では、原則として文のはじめ及び固有名詞の最初の1文字を大文字で書くことになっています。固有名詞が2つ以上の単語を含む場合はその各単語の先頭文字を大文字にします。つまり、文の先頭に来る場合や固有名詞の一部になっている場合を除いて、普通名詞は小文字で始めるのが一般的です。しかし、下記の例文における Bác、Đảng、Người のように普通名詞の頭文字を大文字で書いて固有名詞にすることで敬意を表すこ

ともできます。Bác は「叔父」「叔母」ではなく「ホー・チ・ミン氏」を、Đảng は「政党」ではなく「ベトナム共産党」を、Người は「人間」ではなく「お母さん」を指しています。

Ai cũng biết **Bác** là người sáng lập và lãnh đạo **Đảng** ta.
（ホー）おじさんが我が（ベトナム共産）党の創設者であり指導者であることは誰もが知っています。
Tôi biết ơn mẹ vô cùng. Nhờ những giọt mồ hôi của **Người** mà anh chị em tôi được đi học.
母に非常に感謝しています。（母の）その汗のおかげで、私の兄弟姉妹は学校に行くことができました。

3. 完了を表す đã

đã は過去の事柄を表すだけでなく、完了も表しています。完了の文では、特に話し言葉の場合、文末に rồi という語が添えられることが多いです。動詞の前の đã は、行動が完了したことを、形容詞の前の đã は、性質や状態が形成されていることを表します。
Chúng tôi **đã** làm việc cùng nhau từ 20 năm trước.
私たちは 20 年前から一緒に仕事をしています。（現在完了）
Khi tôi đến ga, tàu điện **đã** xuất phát rồi.
私が駅に着いたとき電車はすでに出発してしまいました。（過去完了）
Có lẽ đến khi lấy vợ, anh ấy **đã** mua nhà rồi.
おそらく結婚する頃には、彼はすでに家を購入してしまっているでしょう。（未来完了）
Cuộc sống **đã** tốt hơn trước nhiều rồi.
生活は以前よりずっと良くなっています。
Làng tôi giờ **đã** khá hiện đại.
私の村は今ではかなり近代的になっています。

4. 文末詞の chứ

☞ ~ **chứ**!
それはもちろん当然のこと、決まっていることだ、という気持ちを表す文末詞「よ!」

Tối nay bạn có đi xem phim không?
今晩、あなたは映画を見に行きますか。
- Đi **chứ**!
もちろん行きますよ!
Anh có chữa được cái ti-vi này không?
あなたはこのテレビを直せますか。
- Được **chứ**!
できるに決まっているよ!
Tôi mặc thử cái áo dài này, có được không?
このアオザイを試着してもいいですか。
- Dạ, được **chứ**! Xin mời!
はい、もちろんいいですよ! どうぞ!

☞ ~ **chứ**!
聞き手の考えや態度を否定しながら、話し手の考えを主張するときに使う文末詞「～だよ!」「でしょう!」

Thành phố Hồ Chí Minh là thủ đô của Việt Nam.
ホーチミン市はベトナムの首都です。
- Hà Nội **chứ**!
ハノイだよ!
Tôi sẽ nhịn ăn để giảm cân.
私は体重を減らすために断食します。
- Tập thể dục tốt hơn **chứ**!
運動の方が良いでしょう!
Trời ơi! Tôi nên làm gì bây giờ?
何てことだ! 私は今どうすればいい?
- Anh phải bình tĩnh **chứ**!
落ち着かなきゃいけないんだよ!

☞ ~ **chứ**?
   話し手が期待していること、望んでいることを聞き手に確認し、裏付
   けを求めるときに使う文末詞「よね？」

Chị vẫn ở Việt Nam **chứ**?
あなたはまだベトナムにいますよね？
- Vâng, trước mắt thì tôi vẫn ở Việt Nam.
はい、今のところ、私はまだベトナムにいます。
Anh sẽ tham gia bữa tiệc tối nay **chứ**?
あなたは今夜のパーティーに参加しますよね？
- Tất nhiên rồi!
 もちろん！
Em làm bài tập xong rồi **chứ**?
あなたは宿題をやり終えましたよね？
- Em làm xong rồi ạ.
やり終えました。

5. hết A đến B
   A の直後に B がきて、物事、動作、状態がどんどん続くさまを表しま
   す。A と B には、名詞、動詞、形容詞が用いられます。「次々に」「次
   から次へと」「矢継ぎ早に」

Mỗi lần đi ra ngoài, vợ tôi thường thử **hết** váy **đến** áo rồi than thở rằng cô
ấy không có gì để mặc.
外出するたびに、妻はスカートからシャツへと次々に試着してから、着る
ものがないと愚痴を言っています。
Chồng tôi vắng nhà suốt, **hết** đi công tác **đến** đi leo núi.
夫は出張を終えたら矢継ぎ早に登山に行って、ずっと家にいません。
Món ăn hôm nay **hết** mặn **đến** nhạt, không có món nào ngon.
今日の料理は、しょっぱいものの次に味が薄いものが出されて、美味しい
ものが一つもありません。

複数だが連続した順序を強調するために、「hết ＋［名詞］＋ này ＋ đến ＋［名

詞］＋ khác」という名詞の繰り返し形式が用いられます。

Mặc dù tôi đã thuyết phục **hết** người **này đến** người **khác** nhưng không ai đồng ý với tôi.

（この人から他の人へと）多くの人を説得したものの、誰も同意してくれませんでした。

Vào dịp Tết, nhà nào cũng bận **hết** việc **này đến** việc **khác**.

テトの間は、どの家庭も（この用事から他の用事へと）多くの用事で忙しくなります。

▌ 練習問題

I.   suốt を適切なところに入れなさい。答えは番号で書きなさい。

1.   Tôi đã xếp hàng (①) 3 tiếng đồng hồ (②) để mua (③) mẫu điện thoại mới.

2.   Có một số (①) vấn đề khiến (②) tôi suy nghĩ (③).

3.   Cô ca sĩ ấy là (①) nhân vật mà giới trẻ nhắc (②) đến (③) những ngày qua.

4.   Chính phủ Hàn Quốc đã cấm (①) tất cả máy bay cất cánh và hạ cánh trong (②) khoảng thời gian diễn ra phần thi nghe (③) tiếng Anh trong kỳ thi đại học.

5   Họ bị (①) hiểu lầm (②) hàng (③) chục năm qua.

II.   次の各文の（　　）内から正しいほうを選びなさい。

1.   Cả bố và (bác/Bác) tôi đều thích nghe nhạc.

2.   Ngày 2 tháng 9 năm 1945, (bác/Bác) đã đọc bản *Tuyên ngôn độc lập* tại Quảng trường Ba Đình.

3.   Nhật Bản là quốc gia theo chế độ đa (đảng/Đảng).

4.   Năm 1945, dưới sự lãnh đạo của (đảng/Đảng), Việt Nam đã giành được độc lập.

154

5. Chủ tịch Hồ Chí Minh đã từ trần nhưng tư tưởng của (người/Người) sẽ còn mãi.

III. 次の各文の（　　）に入れるのに最も適切なものを đã、đang、sẽ の中から１つ選びなさい。

1. Dạo này, anh em nhà đó (　　) thân thiết hơn trước rồi.
2. Không ai biết ngày mai (　　) xảy ra chuyện gì.
3. Từ nhiều năm trước, Hà Nội (　　) thực hiện nhiều biện pháp bảo vệ môi trường.
4. Khi anh ấy đến đón, tôi vẫn (　　) chuẩn bị hành lý.
5. Nếu cô ấy hỏi thì chị (　　) trả lời như thế nào?

IV. 「hết ~ này đến ~ khác」を使って次の文を書き直しなさい。

例：Hôm nay, anh ấy phải làm nhiều việc.
→ Hôm nay, anh ấy phải làm hết việc này đến việc khác.

1. Em ấy xem rất nhiều phim.
2. Cảnh sát đã đến căn hộ của anh ta nhiều lần.
3. Trong lễ cưới, cô dâu và chú rể được nhiều người chúc mừng.
4. Cứ đến lúc đi ngủ là tôi muốn ăn nhiều món.
5. Họ đã cùng nhau đi du lịch nhiều địa điểm.

V. 本文を読んで、次の問いに対する答えとして最も適切なものを①②③④の中から１つ選びなさい。

1. Tại sao người Việt Nam đương đại gọi Chủ tịch Hồ Chí Minh là Bác Hồ?
   ① Vì Chủ tịch Hồ Chí Minh nhiều tuổi hơn bố mẹ họ
   ② Vì ông bà, bố mẹ, cháu chắt của họ gọi như vậy
   ③ Vì họ muốn thể hiện sự yêu mến đối với Chủ tịch Hồ Chí Minh
   ④ Vì pháp luật Việt Nam quy định như vậy

2. Tại sao anh Lê không cùng đi với anh Ba?
   ① Vì anh Lê không yêu nước
   ② Vì anh Lê không thể giữ bí mật
   ③ Vì anh Lê không muốn đi Pháp
   ④ Vì anh Lê không có đủ can đảm

3. Anh Ba đi ra nước ngoài để làm gì?
   ① Để tìm cách giải phóng dân tộc Việt Nam
   ② Để du lịch khắp năm châu
   ③ Để làm việc, kiếm tiền
   ④ Để trải nghiệm nhiều nghề khác nhau

▌和訳

バック・ホー（ホーおじさん）

　ホー・チ・ミン主席は、自身の生涯にわたって、およそ170の呼び名を使用したが、現代ベトナム人は皆彼をバック・ホー（ホーおじさん）と呼ぶ。ベトナム語で「bác」は、父親の兄または自分の両親よりも年上の人を指す人称代名詞である。しかし、四世代が同居する家族でさえも、子供たちだけでなく祖父母、父母、孫、曾孫もこのように呼ぶ。つまり、バック・ホーという呼び方は年齢の概念を超えている。別の言い方をすれば、ベトナム人は地位によってではなく、ホー・チ・ミン主席に対する愛慕、尊敬、感謝を表現するために「バック・ホー」と呼ぶ。

　1911年6月5日、バック・ホーは提督ラトゥーシュ・トレヴィル号という船に乗り、30年続く救国の道を探す行程を始めた。チャン・ザン・ティエンの『ホー主席の革命活動についての小話集』には、この出来事に関連した最も有名な小話の一つがある。それは、下記

の「両手」という小話である。

『両手』

　ある日、一人の友人と散歩をしているとき、バーさん（当時バック・ホーが使用していた名）は突然尋ねた。
「レーさん！あなたは国を愛していますか？」
　友人は驚いて、答えた。
「当然ですよ！」
　バーさんはまた尋ねた。
「あなたは秘密を守ることができますか？」
「はい、できます。」
「私は海外に行き、フランスやその他外国を見たいです。
　彼らがどうやっているのか視察した後は、我々の同胞を助けに戻ります。しかし、一人で行くのは、実は危険なことが多いのです、たとえば病気になったときとか……私と一緒に行きませんか？」
「でも、友よ！　行くためのお金はどこから調達するの？」
「ここ、お金はここにある！」バーさんは両手を差し出しながら言った。
「私たちは働くのです。私たちは生きるため、進むためにどんな仕事でもします。あなたも私と一緒に行くでしょう？」
　その時バーさんの熱意に惹きつけられてレーさんは同意したが、その後レーさんは約束を守る勇気が十分になかった。
　一方で、バック・ホーは、調理補助、庭師、船員、ウェイター、火夫、通訳者、記者、教師など次から次へと多くの仕事をし、民族解放の道を探りに5大陸すべてに行った。

Bài 12

Phạm Duy, Văn Cao, Trịnh Công Sơn ◀)) 23

Việt Nam có nhiều nhạc sĩ nổi tiếng nhưng **nói gì thì nói**, Phạm Duy, Văn Cao, Trịnh Công Sơn là 3 nhạc sĩ nổi bật nhất của âm nhạc hiện đại Việt Nam.

Phạm Duy (1921 – 2013), tên khai sinh là Phạm Duy Cẩn, là nhạc sĩ, nhạc công, ca sĩ, nhà nghiên cứu âm nhạc. Năm 1941, Phạm Duy chính thức bước vào con đường âm nhạc với tư cách là một ca sĩ. Giọng hát của ông không chỉ được công chúng đương thời yêu thích mà còn được giới truyền thông đánh giá cao. Năm 1942, ông khởi nghiệp sáng tác nhạc với tác phẩm *Cô hái mơ* phổ nhạc từ bài thơ của Nguyễn Bính. Phạm Duy đã sáng tác **tận** hơn 1.000 bài hát. Đặc trưng trong các tác phẩm âm nhạc của Phạm Duy là sự hoà quyện giữa nhạc cổ truyền Việt Nam với âm nhạc phương Tây.

Văn Cao (1923 – 1995), tên khai sinh là Nguyễn Văn Cao, là nhạc sĩ, họa sĩ, nhà thơ. Văn Cao được đánh giá là nghệ sĩ thiên tài vì **đã** xuất chúng ở lĩnh vực âm nhạc **lại còn** bộc lộ tài năng ở lĩnh vực hội họa và văn học từ khi còn rất trẻ. Văn Cao sáng tác bài hát đầu tay là *Buồn tàn thu* vào năm 16 tuổi, và **mới** 21 tuổi **đã** sáng tác *Tiến quân ca* – quốc ca của Việt Nam. Dù Văn Cao sáng tác không nhiều nhưng ông là người đặt nền móng, gợi mở nhiều hướng phát triển mới cho nhạc và thơ Việt hiện đại.

Trịnh Công Sơn (1939 – 2001) không chỉ nhạc sĩ mà còn là nhà thơ, họa sĩ, diễn viên, ca sĩ. Ông **đáng lẽ** còn là võ sư nếu không xảy ra tai nạn khi đang tập võ lúc 18 tuổi. Trong suốt sự nghiệp nhạc sĩ, ông đã sáng tác trên 600 bài. Ca từ trong các tác phẩm âm nhạc của Trịnh Công Sơn độc đáo và mang nhiều tầng ý nghĩa. Trong các bài hát của Trịnh Công Sơn, một số bài đã được giới thiệu tại Nhật Bản từ thập niên 60 như *Ngủ đi con, Diễm xưa* v.v.

語彙 🔊 24

an toàn	安全な
bia	ビール
bộc lộ	見せる、披露する
buồn ngủ	眠い
Buồn tàn thu	「晩秋の悲しみ」(曲名)
bước vào ~	〜に足を踏み入れる、〜に立ち入る
ca từ	歌詞
cãi	口答えをする cãi nhau：言い合う、口論する
cảm xúc	感情、情動
Cô hái mơ	『梅摘み娘』(曲名)
cổ truyền	伝統的な、古来の
công chúng	公衆、大衆
cuốn	(津波や洪水などが)押し流す
chắc chắn	きっと
chân thành	誠実な
chứng kiến	目撃する
Diễm xưa	「美しい昔」(曲名)
đáng gờm	手ごわい、恐るべき
đặc trưng	特徴
đầu tay	デビューの(作品など)
đơn khiếu nại	苦情申立書
gợi mở	示唆する、ヒントを与える
giọng hát	歌声

giới truyền thông	メディア界
hẹn hò	デートする、付き合う
hình dung	イメージする
hoà quyện	合体する、融合する
hội họa	絵画
kiêu căng	傲慢な
khay	トレイ
khởi nghiệp	起業する、キャリアをスタートする
lừa đảo	騙す
mạng xã hội	SNS（ソーシャルネットワーキングサービス）
nền móng	基盤
nóc	屋根
nổi bật	目立った、顕著な、突出した
Ngủ đi con	『坊や、大きくならないで』（曲名。直訳は「子よ、お眠りなさい」）
nhà nghiên cứu	研究者
nhà thơ	詩人
nhạc công	演奏者
phá sản	破産する
phổ nhạc	（詩などに）曲をつける
quán nhậu	居酒屋
quầy tính tiền	レジ
quốc ca	国歌
quốc hội	国会
sóng thần	津波
sự nghiệp	キャリア
tài năng	才能
tàu hoả	列車
tắc đường	渋滞
tâm trạng	心情、気分
tên khai sinh	出生名
tỉ	10 億
tiêu cực	消極的な
thái độ	態度

thiên tài	天才
thiệp mời	招聘状、招待状
Thụy Sĩ	スイス
triển khai	展開する、実施する
triệu phú	百万長者
trò chơi điện tử	テレビゲーム
trượt	（試験などに）落ちる
văn học	文学
vịnh Hạ Long	ハロン湾
võ	武術、武道
võ sư	武術家、武道の達人
xuất chúng	卓越した、傑出した

文法解説

1. nói gì thì nói, ~
他の一切の判断を排して、その事柄を強調する気持ちを表す表現
「何を言おうと」「何と言っても」

Nói gì thì nói, Nhật Bản vẫn là đối thủ đáng gờm của Thụy Sĩ trong lĩnh vực sản xuất đồng hồ.

何を言おうと、時計製造の分野において日本は依然としてスイスにとって手ごわい相手です。

Nói gì thì nói, mạng xã hội đã trở thành một phần không thể thiếu trong cuộc sống của giới trẻ.

何と言っても、ソーシャルネットワークは若者の生活に欠かせないものになっています。

Tôi hiểu tâm trạng của anh nhưng **nói gì thì nói**, đây là nơi làm việc nên chúng ta không nên thể hiện thái độ tiêu cực như vậy.

あなたの気分はわかりますが、何と言ってもここは職場ですので、そんな消極的な態度はとるべきではありません。

2. tận ~

☞ **tận + [数詞]**

時間が長すぎる、遅すぎる、または、数量が多すぎることを表します。

Ngày nào em gái tôi cũng học đến **tận** 2 giờ sáng để chuẩn bị cho kỳ thi đại học.

妹は大学入学試験の準備のために毎日午前 2 時までも勉強します。

Công ty ABC đã tuyên bố phá sản sau khi bị lỗ **tận** 1 tỉ yên.

ABC 社は 10 億円もの損失を被った後、破産を宣告しました。

Vì phở của nhà hàng này quá ngon nên chồng tôi đã ăn **tận** 3 bát.

このレストランのフォーが美味しすぎるので、夫は 3 杯も食べてしまいました。

☞ **tận + [場所を表す言葉]**

場所が遠すぎる、高すぎる、または非常に重要であることを表します。

Anh ấy làm việc ở Tokyo nhưng sống ở **tận** Ibaraki.

彼は東京で働いていますが、遠く茨城に住んでいます。

Con thuyền bị sóng thần cuốn lên **tận** nóc ngôi nhà 2 tầng.

船は津波で 2 階建て住宅の屋上まで押し流されました。

Nhiều người đã gửi đơn khiếu nại lên **tận** Quốc hội.

多くの人が国会まで苦情申立書を送りました。

また、tận には、tận nơi や tận nhà など「ぎりぎりのところまで行き着く」という意味、tận mắt や tận tay など「間に何も介さずに直接」という意味もあります。

Nếu muốn ăn món nem rán của nhà hàng đó thì anh phải đến **tận nơi**.

そのレストランの揚げ春巻きを食べたければ、そこまで行かなければなりません。

Nhiều quán nhậu cung cấp dịch vụ đưa khách đã uống rượu tại quán về **tận nhà**.

多くの居酒屋では、店内でお酒を飲んだ客を家まで送るサービスを行っています。

Nếu không xem **tận mắt** thì chắc chắn tôi sẽ không tin đây là sản phẩm thủ công.

自分の目で直接見なければ、きっとこれが手作りだとは信じられなかったでしょう。

Tại các siêu thị ở Nhật Bản, người mua đặt tiền vào khay thay vì đưa **tận tay** nhân viên quầy tính tiền.

日本のスーパーマーケットでは、買い物客はレジのスタッフに直接お金を手渡す代わりに、トレイにお金を置きます。

3. đã A lại còn B
「A だけでなく、B も～」

第 1 課で学んだ「không chỉ/không những A mà còn B」と同じ意味です。

Tàu hoả **đã** rẻ **lại còn** an toàn.
列車は安いだけでなく、安全です。
Hôm nay **đã** nóng **lại còn** mất điện.
今日は暑いだけでなく、停電もあります。
Anh ấy **đã** đến muộn **lại còn** quên tài liệu nên giám đốc rất tức giận.
彼は遅刻しただけでなく、資料も忘れたので、所長はとても怒っていました。

4. mới A (mà) đã B
B の事柄が起こるには早すぎる、それが意外で普通でない、道理にかなっていないことを表す表現
「A したばかりなのに、もう B」「A しただけなのに、もう B」

Mới học một chút **mà** em Linh **đã** buồn ngủ.
少し勉強しただけなのに、リンちゃんはもう眠いです。
Anh Minh **mới** uống 1 cốc bia **mà đã** say.
ミンさんはビールを 1 杯飲んだだけでもう酔っ払いました。
Chị Vy **mới** 25 tuổi đã trở thành triệu phú.
ヴィさんはわずか 25 歳で百万長者になりました。

5. đáng ra/đáng lẽ/lẽ ra ~

☞ **đáng ra/đáng lẽ/lẽ ra ~**
しようとしていたが何らかの理由でできなかった、またはまだしていないことを表す表現

Đáng ra tôi có thể xem tận mắt buổi biểu diễn nhưng vì bị ốm nên đã bỏ lỡ cơ hội.
本当は生でショーを観ることができたのですが、体調が悪かったため機会を逃してしまいました。
Đáng lẽ tôi đã về nước từ tháng trước nhưng không đặt được vé máy bay.
先月帰国するはずだったのですが、航空券を予約できませんでした。
Lẽ ra tôi đến đúng giờ nhưng do tắc đường nên đến muộn.
時間通りに着くはずだったのですが、渋滞のせいで遅れてしまいました。

☞ **đáng ra/đáng lẽ/lẽ ra ~ nên/phải ~**
話者が正しくない、または行うべきではないと考えているが、実際に起こってしまったことを表す表現

Đáng ra chúng ta không nên cãi nhau.
私たちは言い合うべきではなかった。
Đáng lẽ anh phải bình tĩnh hơn.
あなたはもっと冷静であるべきだった。
Lẽ ra chúng ta phải triển khai chính sách mới từ 2 năm trước.
私たちは2年前に新しい政策を実施すべきだった。

練習問題

I. 次の各文の（　　）に入れるのに最も適切なものを nói、nói gì thì nói、nói chung、nói riêng、nói cách khác の中から１つ選びなさい。

1. Chị Akiko thường (　　) rằng chị ấy muốn đi du lịch Việt Nam.
2. Ở Việt Nam (　　), ở Huế (　　) có rất nhiều ngôi chùa nổi tiếng.
3. Dù đã có vợ nhưng ca sĩ đó luôn nói rằng mình chưa kết hôn và thậm chí còn hẹn hò với người hâm mộ. (　　), anh ta đã lừa đảo người hâm mộ.
4. Dù mì ăn liền rất ngon nhưng (　　), không thể thay thế cơm.

II. 次の各文の（　　）に入れるのに最も適切なものを tận、tận nơi、tận nhà、tận mắt、tận tay の中から１つ選びなさい。

1. Anh nên đưa thiệp mời (　　) để thể hiện sự chân thành.
2. Tôi đang bị cảm nặng thế mà chồng tôi phải đi công tác (　　) 2 tuần.
3. Giám đốc đã đến (　　) để thăm tôi.
4. Nếu không đến (　　) thì khó có thể hình dung được vẻ đẹp của vịnh Hạ Long.
5. Mãi đến khi chứng kiến (　　), tôi mới hiểu tại sao xe máy được ví như "đôi chân thứ hai" của người dân Việt Nam.

III. 「đã ~ lại còn」と次の語句を使って文を作りなさい。

1　Anh Tanaka thông minh + chăm chỉ
　　→
2. Nó trượt phỏng vấn vì đến muộn + thái độ kiêu căng
　　→
3. Anh Minh ốm vì thức khuya + không ăn uống gì
　　→
4. Câu chuyện của anh ta dài + khó hiểu
　　→
5. Nó học kém + nghiện trò chơi điện tử
　　→

IV. 意味が通る文になるように、左と右を繋ぎなさい。

1. Con trai tôi mới ăn xong
2. Chúng tôi mới nhắc đến anh ấy,
3. Anh ấy mới nhận lương hôm qua
4. Chiếc đồng hồ này tôi mới mua tuần trước
5. Họ mới chia tay tháng trước

A. mà cô ấy đã có người yêu mới.
B. mà bây giờ đã hỏng.
C. mà đã tiêu hết.
D. anh ấy đã xuất hiện.
E. mà đã đói.

V. 本文を読んで、次の問いに対する答えとして最も適切なものを①②③④ の中から1つ選びなさい。

1. Ban đầu, Phạm Duy bắt đầu con đường âm nhạc trong vai trò gì?
   ① Nhạc sĩ
   ② Ca sĩ
   ③ Nhạc công
   ④ Nhà nghiên cứu âm nhạc

2. Tại sao Văn Cao được đánh giá là nghệ sĩ thiên tài?
   ① Vì Văn Cao bộc lộ tài năng ở nhiều lĩnh vực nghệ thuật ngay từ khi còn rất trẻ
   ② Vì Văn Cao sáng tác tận hơn 1.000 bài hát
   ③ Vì Văn Cao không chỉ là một nhạc sĩ mà còn là một võ sư
   ④ Vì Văn Cao hát rất hay

3. Trong các bài hát sau đây, bài hát nào do Trịnh Công Sơn sáng tác?
   ① Cô hái mơ
   ② Buồn tàn thu
   ③ Tiến quân ca
   ④ Diễm xưa

和訳

ファム・ズイ、ヴァン・カオ、チン・コン・ソン

　ベトナムには有名な作曲家がたくさんいますが、何と言っても
ファム・ズイ、ヴァン・カオ、チン・コン・ソンはベトナムの近代
音楽において最も突出した作曲家の3人である。

　ファム・ズイ（1921–2013）、出生名ファム・ズイ・カンは、作曲家、
器楽奏者、歌手、音楽研究者である。1941年、ファム・ズイは歌
手として正式に音楽の道に足を踏み入れた。彼の歌声は当時の大衆
に愛されただけでなく、メディア界からも高く評価された。1942年、
グエン・ビンの詩に曲をつけた作品「Cô hái mơ」（梅摘み娘）で作
曲のキャリアをスタートした。ファム・ズイは1,000曲以上も作曲
した。ファム・ズイの音楽作品の特徴は、ベトナムの伝統音楽と西
洋音楽の融合である。

　ヴァン・カオ（1923–1995年）、出生名グエン・ヴァン・カオは、
作曲家、画家、詩人である。ヴァン・カオは、音楽の分野で卓越し
ていただけでなく、とても若い頃から絵画や文学の分野でも才能を
見せていたため、天才アーティストだと評価されている。ヴァン・
カオは16歳でデビュー曲「Buồn tàn thu」（晩秋の悲しみ）を作曲し、
わずか21歳でベトナム国歌である「Tiến quân ca」（進軍歌）を作
曲した。ヴァン・カオは多くの作曲はしなかったが、現代ベトナム
の音楽と詩の基盤を築き、多くの新しい発展の方向性を示唆した。

　チン・コン・ソン（1939–2001）は作曲家だけでなく、詩人、画家、
俳優、歌手でもある。18歳の時に武道の練習中に事故がなければ、
武道の達人にもなるはずだった。作曲家としてのキャリアの中で、
彼は600曲以上の曲を作曲した。チン・コン・ソンの音楽作品の歌
詞はユニークで、何層もの意味を含んでいる。チン・コン・ソンの
曲の中には、「Ngủ đi con」（坊や、大きくならないで）、「Diễm xưa」（美
しい昔）など、60年代に日本に紹介されたものもある。

Ôn tập tổng hợp
総合復習

I. 下線のついた言葉の反対語を１つ選びなさい。

1. Anh ấy làm việc rất <u>chăm chỉ</u> nên giám đốc rất hài lòng.
   ① lười biếng   ② nhanh chóng   ③ linh hoạt   ④ ồ ạt

2. Anh đừng <u>phức tạp hoá</u> vấn đề.
   ① chuyên môn hoá   ② hiện đại hoá   ③ hợp lý hoá   ④ đơn giản hoá

3. Cuộc họp <u>bắt đầu</u> vào lúc 2 giờ.
   ① kết thúc   ② khởi đầu   ③ ban đầu   ④ xuất phát

4. Tôi thường yêu cầu ứng viên nói một cách chi tiết về <u>ưu điểm</u> của họ.
   ① đặc điểm   ② địa điểm   ③ khuyết điểm   ④ cao điểm

5. Từ khi sống <u>một mình</u>, tôi phải tự nấu cơm.
   ① cá nhân   ② đơn lập   ③ đơn giản   ④ cùng nhau

6. Lách qua khoảng giữa hai ô tô để vượt lên là việc rất <u>nguy hiểm</u>.
   ① ân hận   ② an toàn   ③ bình tĩnh   ④ mạo hiểm

7. Chị Dung đã thông minh lại còn tốt bụng nên được nhiều người <u>yêu mến</u>.
   ① oán hận   ② yêu thương   ③ yêu thích   ④ yêu cầu

8. Cô Hương rất <u>nghiêm khắc</u> với học sinh.
   ① nghiêm trọng   ② quan trọng   ③ dịu dàng   ④ sốt ruột

9. Nhà kết cấu gỗ <u>dần dần</u> vắng bóng ở Việt Nam.
   ① ngày càng   ② luôn luôn   ③ không hề   ④ đột nhiên

10. Chúng ta chẳng thể <u>xem nhẹ</u> việc học ngoại ngữ.
   ① coi trọng   ② đánh giá thấp   ③ hiểu lầm   ④ từ bỏ

II. 下線のついた言葉の類義語を１つ選びなさい。

1. Thay vì <u>phàn nàn</u>, chúng ta nên tìm cách cải thiện tình hình.
   ① tức giận   ② than thở   ③ thích thú   ④ ngạc nhiên

2. Tôi <u>mừng</u> đến nỗi không ngủ được.
   ① buồn   ② tiếc   ③ vui   ④ đau

3. Mẹ luôn nhắc nhở tôi phải chọn <u>trang phục</u> phù hợp với hoàn cảnh.
   ① quần áo   ② sản phẩm   ③ gia vị   ④ tình hình

4. Ai cũng phải <u>có mặt</u>, trừ người ốm.
   ① đối mặt   ② vắng bóng   ③ tham khảo   ④ tham gia

5. <u>Thời tiết</u> vùng này thật ấm áp làm sao!
   ① khí hậu   ② khí thải   ③ thời điểm   ④ thời kỳ

6. Các sản phẩm được bán tại siêu thị này rất <u>đa dạng</u>.
   ① giả dạng   ② keo kiệt   ③ phong phú   ④ hợp lý

7. Tôi cảm thấy rất <u>thoải mái</u> sau khi tắm suối nước nóng.
   ① dễ chịu   ② dễ dàng   ③ hăng hái   ④ sợ hãi

8. Chủ nhật, chúng tôi thường <u>đưa</u> các con đi công viên.
   ① đón   ② dẫn   ③ vác   ④ mớm

9. Vợ chồng tôi <u>kết hôn</u> vào năm 2011.
   ① lấy chồng   ② lấy vợ   ③ hẹn hò   ④ cưới

10. Ngôi đền Itsukushima là một ví dụ <u>điển hình</u> cho kiến trúc Nhật Bản truyền thống.

① tiêu biểu   ② tiêu chuẩn   ③ tiêu cực   ④ tiêu thụ

III. 1 ～ 10 のそれぞれにおける 2 箇所の（　　）に最も適切な 1 つの単語を ⬚ から選びなさい。

1. - Từ Hà Nội đến Thành phố Hồ Chí Minh （　　） tàu hoả mất 31 tiếng đồng hồ.
   - Tôi sẽ học （　　） được cách làm món nem cuốn.

2. - Khi （　　） đến Việt Nam, tôi không thể ăn được nước mắm.
   - Ngày nào con tôi cũng học đến tận 1 giờ sáng （　　） đi ngủ.

3. - Vì ốm nặng （　　） tôi không thể đi làm.
   - Ông không （　　） hút thuốc lá thì tốt hơn.

4. - （　　） chị Hương nói thì thịt bò đã tăng giá.
   - Số tiền thuế thay đổi tùy （　　） thu nhập.

5. - Đường trơn （　　） trời mưa.
   - Công trình này （　　） người Nhật xây dựng.

6. - Tháng 3 （　　） trời ấm nhỉ.
   - Tôi rất thích món quà （　　） mẹ tôi gửi từ Việt Nam.

7. - Điều quan trọng nhất là sức khoẻ （　　） không phải là tiền.
   - Anh đi cùng tôi （　　）?

8. - Trong gia đình tôi, （　　） chỉ tôi mà cả chị tôi cũng thích đọc sách.
   - Công việc rất vất vả nhưng họ （　　） hề phàn nàn.

9. - Hễ nhắc đến Nhật Bản (   ) tôi sẽ nghĩ ngay đến món Sushi.

   - Chữ Hán được coi (   ) thách thức lớn đối với người Việt học tiếng
   Nhật.

10. - Thay (   ) học bài, nó lại chơi trò chơi điện tử.

    - Nó thi trượt (   ) lười học.

là	không	mà	theo	mới	nên	do	bằng	chứ	vì

IV. 次の（　　）に最も適切な語句を □ から選びなさい。

1. (   ), mạng xã hội đã trở thành một phần không thể thiếu trong cuộc
   sống của nhiều người.

2. Việc sử dụng mạng xã hội đang gây ảnh hưởng đến tâm lý của chúng
   ta. (   ), việc tiếp nhận hoặc truyền tải thông tin trên mạng xã hội đang
   gây ảnh hưởng đến cảm xúc của chúng ta.

3. Sử dụng mạng xã hội không đúng cách sẽ gây ảnh hưởng tiêu cực đến
   sức khoẻ. (   ), hiện nay có nhiều người lợi dụng các mạng xã hội để
   lừa đảo.

4. Chúng tôi chưa bao giờ phản đối chính sách mới. (   ), chúng tôi hi
   vọng chính sách mới sớm được triển khai.

5. (   ), chính sách mới cũng phải mang lại lợi ích cho cả doanh nghiệp
   nhỏ lẫn doanh nghiệp lớn.

6. Chính sách mới mang lại lợi ích cho các doanh nghiệp. (   ), chúng ta
   cần nghĩ đến lợi ích của người dân nữa.

7. Chính sách mới sẽ mang lại lợi ích cho cả doanh nghiệp lẫn người dân.
   (   ), chúng tôi hi vọng chính sách mới sớm được triển khai.

8. Khi tôi bị ốm, vợ và các con đã chăm sóc tôi rất chu đáo. (   ), tôi đã
   nhanh chóng bình phục.

9. Tuy lúc nào cô ấy cũng tươi cười nhưng tôi biết rằng (   ) cô ấy rất
   buồn.

10. Công ty này sẽ bị phá sản, (   ) ngân hàng đồng ý cho vay tiền.

ngoài ra	có thể nói	trái lại	nhờ vậy	nói cách khác
tuy nhiên	bất luận thế nào	thật ra	vì vậy	trừ phi

V. 次の文章を読み、問いに対して正しい解答を①②③④の中から選びなさ
   い。

1. Yoshida: Anh Kiên ơi, nghe nói anh vừa mua tận 5 chiếc đồng hồ đắt
   tiền cùng một lúc.
   Kiên: Cũng không đắt lắm đâu. Tôi mua đồng hồ của hãng ABC. Chiếc
   đồng hồ đầu tiên mà tôi mua của họ có kiểu dáng rất độc đáo. Nhưng
   nếu chất lượng không tốt thì dù kiểu dáng độc đáo, tôi cũng không mua
   nhiều như vậy đâu.

   Vì sao Kiên mua nhiều đồng hồ của hãng ABC?
   ① Vì chất lượng tốt
   ② Vì kiểu dáng độc đáo
   ③ Vì giá rẻ
   ④ Vì vừa rẻ lại vừa độc đáo

2. Yoshida: Anh có đi xem trận đấu tối nay không?

   Kiên: Đi chứ! Bất kể thế nào tôi cũng phải đi xem.

   Yoshida: Lẽ ra hôm nay tôi cũng đi nhưng bây giờ tôi vẫn chưa chuẩn bị xong tài liệu cho cuộc họp ngày mai.

   Kiên: Ôi! Ngày mai có cuộc họp à? Đành phải bỏ lỡ trận đấu. Tiếc quá!

   Tối nay, Kiên sẽ làm gì?
   ① Đi xem trận đấu
   ② Đi họp
   ③ Chuẩn bị tài liệu
   ④ Không làm gì cả

3. Kiên: Anh Yoshida, anh thấy người nào phù hợp với vị trí trưởng phòng?

   Yoshida: Anh Dũng có trên dưới 10 năm kinh nghiệm. Chị Diễm thì đã giỏi chuyên môn lại còn biết tiếng Anh. Nói gì thì nói, vị trí này cần cả chuyên môn lẫn ngoại ngữ, anh nhỉ?

   Kiên: Tôi cũng nghĩ vậy.

   Kiên và Yoshida nghĩ người nào phù hợp với vị trí trưởng phòng?
   ① Anh Dũng
   ② Chị Diễm
   ③ Cả anh Dũng và chị Diễm đều phù hợp
   ④ Cả anh Dũng và chị Diễm đều không phù hợp

4. Yoshida: Dù tôi đã cố gắng hết sức nhưng không thể thuyết phục giám đốc. Ông ấy vẫn chọn dự án A thay vì dự án B.

   Kiên: Giám đốc yêu cầu sao thì chúng ta nên làm vậy.

   Yoshida: Vậy thì anh cùng tôi thực hiện dự án đó nhé.

   Kiên: Tất nhiên rồi!

Yoshida và Kiên sẽ làm gì?

① Thuyết phục giám đốc

② Thực hiện dự án A

③ Thực hiện dự án B

④ Dự án của người nào thì người ấy thực hiện

5. Kiên: Suốt từ sáng đến giờ, anh không hề nói một lời nào nhỉ. Anh mệt à?

Yoshida: Không, không hề! Tôi mải viết bản báo cáo thôi.

Kiên: Anh không nghỉ giải lao thì lấy đâu ra sức mà làm việc?

Yoshida: Tôi sắp viết xong rồi. Cảm ơn anh đã nhắc tôi nhé.

Kiên đã nhắc Yoshida việc gì?

① Viết báo cáo

② Nói chuyện

③ Làm việc nhiều hơn

④ Nghỉ giải lao

Đáp án Bài luyện tập, Bài ôn tập
各課の練習問題・総合復習問題　解答

Bài 1

I.

1.　Dù trời có sập thì tôi cũng không bao giờ ăn phở với cá hồi

《和訳》

A：フォーを食べるのは好きですか？

B：はい、フォーが大好きです。

A：鮭はどうですか？

B：鮭は健康に良いので、鮭も好きです。

A：じゃあ、鮭のフォーを作りましょう。

B：ああ！　たとえ空が崩れ落ちても、鮭の入ったフォーは食べません。

2.　Tuy nhỏ nhưng món quà này đủ cho anh dùng trong một năm/Tuy món
　　quà này nhỏ nhưng đủ cho anh dùng trong một năm

《和訳》

A：あなたに贈り物を一つあげます。小さいですが、この贈り物はあなたが1
　　年間使うのに十分です。

B：うわー！　ありがとうございます。何の贈り物ですか？

A：一冊のカレンダーです。

3.　Do xe đạp hỏng nên em đi học muộn.

《和訳》

A：自転車が壊れたので学校に遅れてしまいました。すみません、先生。

B：一昨日は、時計が壊れたので学校に遅れました。昨日は、ドアが壊れたの
　　で学校に遅れました。明日は何が壊れるでしょうかね？

II.

1.　Nhà hát lớn Hà Nội do người Pháp xây dựng.

2.　*Khuyến học* do Fukuzawa Yukichi viết.

3. Bức tranh *Em Thuý* do họa sĩ Trần Văn Cẩn vẽ.

4. Bài hát *Tiến quân ca* do nhạc sĩ Văn Cao sáng tác.

5. Bức ảnh gia đình này do mẹ tôi chụp.

III.

1. Anh Tanaka không chỉ/không những học tiếng Việt mà còn học tiếng Anh (nữa).

2. Mẹ tôi không chỉ/không những là giáo viên mà còn là dịch giả (nữa).

3. Chị Vy không chỉ/không những vẽ đẹp mà còn hát hay (nữa).

4. Nhà hàng này không chỉ/không những đắt mà còn ồn ào (nữa).

5. Thành phố Nara không chỉ/không những đẹp mà còn yên bình (nữa).

IV.

1. B   2. A   3. E   4. C   5. D

V.

1. ④   2. ④   3. ②

Bài 2

I.

1. gia đình

2. người

3. hoàn cảnh

4. doanh nghiệp

5. sản phẩm

II.

1. Thời tiết Sa Pa thay đổi nhanh đến mức/đến nỗi ai cũng ngạc nhiên.

2. Trời lạnh đến mức/đến nỗi nước đóng băng.

3. Nhà hàng này đông khách đến mức/đến nỗi chúng tôi phải đặt trước hàng tháng.

4. Anh ấy lười biếng đến mức/đến nỗi chưa từng dọn dẹp một lần nào cả.

5. Chị ấy tốt bụng đến mức/đến nỗi tuy bận nhưng vẫn giúp tôi.

III.

1. Anh mua hàng ở đâu ,/thì anh trả lại ở đó.

2. Y học tiến bộ chừng nào/bao nhiêu ,/thì tuổi thọ trung bình tăng chừng ấy/bấy nhiêu.

3. Em thích bộ áo dài nào ,/thì anh mua bộ áo dài ấy/nấy.

4. Thầy hỏi câu hỏi nào ,/thì tôi trả lời câu hỏi ấy/nấy.

5. Anh đối xử với tôi như thế nào ,/thì tôi đối xử với anh như thế ấy/nấy.

IV.

Tớ thích trứng gà đến mức có thể ăn năm quả

Tuy tớ thích ăn trứng chim cút nhưng chỉ ăn được ba quả cùng một lúc

Bất kì lúc nào tớ cũng có thể ăn hàng trăm quả trứng đấy

Mẹ tớ nấu bao nhiêu thì tớ ăn bấy nhiêu

《和訳》

A：私は、5個も食べられるほど鶏の卵が大好きです。

B：すごいですね!私は、うずらの卵を食べるのが好きですが、一度に3個までしか食べられません。

C：ちょろいものさ!卵はいつでも何百個でも食べられますよ。母が作ってくれた分だけ食べます。

A、B：何の卵ですか?

C：魚の卵!

A、B：なんてこった!

V.

1. ③   2. ④   3. ④

Bài 3

I.

1. hay

2. tốt

3. đen đủi

4. thoải mái

5. tiện lợi

II.

1. Hễ/Cứ đến Việt Nam là anh Tanaka đi ăn chả cá Lã Vọng.

2. Hễ/Cứ thời tiết thay đổi là tôi bị đau đầu.

3. Hễ/Cứ đi khám sức khoẻ là tôi có thêm quyết tâm tập thể thao.

4. Hễ/Cứ nhận lương là cô ấy mua một quyển sách mới.

5. Hễ/Cứ xem bộ phim hoạt hình *Mộ đom đóm* là cô ấy lại khóc.

III.

1. Hễ con hư là trên đầu mẹ lại có thêm một sợi tóc bạc

《和訳》

A：お母さん、どうして白髪があるの？

B：それはあなたのせいだよ。あなたがいたずらするたびに、母さんの頭にま
た白髪が一本生えてくるのさ。

A：ああ、なるほど！　なぜ祖母ちゃんの髪が真っ白になったのか、今分かりま
した。

2. Nói dối khiến mũi con dài ra đấy

《和訳》

A：嘘をつくことはあなたの鼻を長くするのよ。

B：象はよく嘘をつくでしょう、お母さん？

A：どうしてそんなことを言うのですか？

B：象の鼻は数メートルもあるから、そのように推測したんだ。

IV.

1. Có thể nói

2. chẳng hạn như

3. đến mức

4. bất cứ ai

5. một cách

V.

1. ④　　　　2. ③　　　　3. ③

I.

1. Cả tiếng Nhật và/lẫn tiếng Trung đều thú vị.
2. Cả cô ấy và/lẫn chồng cô ấy đều giỏi tiếng Anh.
3. Cả hôm qua và/lẫn hôm nay (trời) đều mưa.
4. Em tôi có thể nấu cả món ăn Việt Nam và/lẫn món ăn Thái Lan.
5. Tôi sẽ gửi cho chị cả bản gốc và/lẫn bản dịch.

II.

1. Chị Vy vừa làm việc vừa nghe nhạc.
2. Món nem vừa ngon (lại) vừa dễ làm.
3. Trong bộ phim này, ông ấy vừa là diễn viên, vừa là đạo diễn.
4. Chị ấy vừa chăm sóc con cái vừa làm việc ở công ty.
5. Chúng ta không nên vừa đi bộ vừa nhắn tin.

III.

1. Không riêng gì/Chẳng riêng gì nhà tôi mà cả những nhà khác trong khu vực này cũng lắp đặt tấm pin năng lượng mặt trời.
2. Trong Lễ hội Tenjin, không riêng gì/chẳng riêng gì nam giới mà cả nữ giới cũng vác kiệu.
3. Không riêng gì/Chẳng riêng gì người già mà cả trẻ em và thanh niên cũng nên đi khám răng định kỳ.
4. Không riêng gì/Chẳng riêng gì người nước ngoài mà cả người Nhật cũng không biết cách đọc của chữ Hán này.
5. Không riêng gì/Chẳng riêng gì ngành dịch vụ mà cả ngành công nghiệp chế tạo cũng gặp nhiều khó khăn do Covid-19.

IV.

1. Bộ phim đó cảm động đến mức ngay cả bố tôi cũng khóc.
2. Thậm chí người bạn thân nhất cũng hiểu lầm tôi.
3. Vì lười học nên ngay cả những câu hỏi đơn giản anh ta cũng không trả lời được.

4. Bài toán này khó đến mức ngay cả thầy giáo cũng lúng túng.

5. Thậm chí món ăn Ấn Độ chị ấy cũng nấu được.

V.

1. ①   2. ④   3. ②

Bài 5

I.

1. Mãi đến khi cô ấy nói, tôi mới biết vì sao hôm đó cô ấy đến muộn.

2. Mãi đến 2 giờ chiều chúng tôi mới nghỉ giải lao.

3. Mãi đến tháng 4 hoa anh đào mới nở.

4. Mãi đến khi ô nhiễm môi trường trở nên nghiêm trọng, người dân mới bắt đầu phân loại rác.

5. Mãi đến khi đi làm, tôi mới hiểu tầm quan trọng của việc học.

II.

1. Không riêng gì

2. đối với

3. có thể thấy rằng

4. dẫn đến

5. ngày càng

III.

1. hiện thực hoá

2. trẻ hóa

3. phức tạp hoá

4. bình thường hóa

5. Chuyên môn hóa

IV.

1. ④   2. ③   3. ②

V.

1. ②   2. ④   3. ①

Bài 6

I.

1. vui mừng khi đội tuyển Việt Nam chiến thắng
2. đeo khẩu trang
3. có máy tính
4. biết
5. muốn sở hữu một cơ thể khỏe mạnh

II.

1. Anh Minh từng đến Nhật Bản nhiều lần.
2. Cuộc đời vốn/vốn dĩ chẳng dễ dàng đối với bất cứ ai.
3. Thửa đất này nguyên/từng/vốn là đất tư nhân.
4. Cô ấy vốn/vốn dĩ thông minh hơn người khác.
5. Bà Vy nguyên/từng/vốn là hiệu trưởng trường Đại học Y.

III.

1. khiến
2. tự
3. mãi
4. đành phải
5. cho

IV.

1. C   2. A   3. E   4. D   5. B

V.

1. ③   2. ④   3. ③

I.

1. B   2. E   3. A   4. C   5. D

II.

1. ④   2. ④   3. ①   4. ③   5. ②

III.

1. Bất luận/bất kể thế nào, anh cũng tin em.
2. Bất luận/bất kể thế nào, chúng ta cũng phải đến đúng giờ.
3. Bất luận/bất kể thế nào, tôi cũng không bao giờ từ bỏ ước mơ trở thành bác sĩ.
4. Bất luận/bất kể thế nào, tôi cũng sẽ tìm ra cách giải quyết.
5. Bất luận/bất kể thế nào, đội chúng ta cũng cần giành chiến thắng trong trận đấu hôm nay.

IV.

1. Con phải uống bằng/cho bằng hết cốc sữa này nhé.
2. Tôi phải gặp bằng/cho bằng được anh ấy trước khi về nước.
3. Tôi sẽ trả lời bằng/cho bằng hết những câu hỏi của anh.
4. Trong hôm nay, tôi sẽ viết bằng/cho bằng xong bản báo cáo.
5. Tôi sẽ chứng minh bằng/cho bằng được việc anh ta là thủ phạm.

V.

1. ①   2. ④   3. ②

I.

1. thịt, cá
2. phàn nàn
3. tặng tiền
4. đồng ý
5. đối thủ

II.

1. B   2. D   3. E   4. C   5. A

III.

1. A   2. D   3. C   4. A   5. B

IV.

1. Tôi ngồi ngay bên cạnh mà cô ấy hoàn toàn không nhận ra.
2. Ngay khi đến sân bay, tôi sẽ gọi điện cho anh.
3. Chúng tôi phải hỏi ý kiến của giám đốc nên không thể trả lời ngay.
4. Anh hãy về nước ngay.
5. Anh ấy đi công tác ngay sau khi hồi phục.

V.

1. ②   2. ④   3. ④

Bài 9

I.

1. kể cả
2. trừ
3. trừ phi

II.

1. tiếc
2. khó hiểu
3. ân hận
4. vui vẻ
5. tức giận

III.

1. Nhờ có sự giúp đỡ của các anh nên/mà chúng tôi đã hoàn thành công việc một cách thuận lợi.

2. Nhờ thầy giáo giới thiệu nên/mà tôi được làm việc ở viện nghiên cứu này.

3. Nhờ thực hiện chính sách mới nên/mà Việt Nam đã thoát khỏi nhóm quốc gia nghèo.

4. Nhờ giám đốc nhắc nhở nên/mà tôi đã nhận ra sai sót của mình trước khi quá muộn.

5. Nhờ sự tiến bộ của y học nên/mà tuổi thọ trung bình của người Việt Nam đã tăng lên 73 tuổi.

IV.

1. lắm

2. một chút

3. rất

4. ít nhiều

5. quá

V.

1. ④   2. ④   3. ①

Bài 10

I.

1. C   2. B   3. E   4. A   5. D

II.

1. người người

2. ngày

3. nhà

4. Tối tối

5. tầng lớp

III.
1. Khách du lịch nói chung, khách du lịch từ Nhật Bản nói riêng, ai cũng thích món ăn đường phố của Việt Nam.
2. Ở Nhật Bản nói chung, ở Kyoto nói riêng có rất nhiều ngôi chùa cổ.
3. Tôi sẽ nói về các chính sách của Mỹ ở châu Á nói chung và Đông Nam Á nói riêng.
4. Nghệ thuật nói chung và âm nhạc nói riêng là tấm gương phản chiếu cuộc sống.
5. Thị trường sách nói chung và sách thiếu nhi nói riêng phát triển mạnh trong những năm gần đây.

IV.
1. ân hận
2. dễ chịu
3. say
4. nhẹ
5. ảnh hưởng

V.
1. ②　　2. ②　　3. ④

Bài 11

I.
1. ①　　2. ③　　3. ③　　4. ②　　5. ②

II.
1. bác
2. Bác
3. đảng
4. Đảng
5. Người

III.

1. đã

2. sẽ

3. đã

4. đang

5. sẽ

IV.

1. Em ấy xem hết phim này đến phim khác.

2. Cảnh sát đã đến căn hộ của anh ta hết lần này đến lần khác.

3. Trong lễ cưới, cô dâu và chú rể được hết người này đến người khác chúc mừng.

4. Cứ đến lúc đi ngủ là tôi muốn ăn hết món này đến món khác.

5. Họ đã cùng nhau đi du lịch hết địa điểm này đến địa điểm khác.

V.

1. ③   2. ④   3. ①

Bài 12

I.

1. nói

2. nói chung, nói riêng

3. Nói cách khác

4. nói gì thì nói

II.

1. tận tay

2. tận

3. tận nhà

4. tận nơi

5. tận mắt

III.

1. Anh Tanaka đã thông minh lại còn chăm chỉ.

2. Nó trượt phỏng vấn vì đã đến muộn lại còn thái độ kiêu căng.

3. Anh Minh ốm vì đã thức khuya lại còn không ăn uống gì.

4. Câu chuyện của anh ta đã dài lại còn khó hiểu.

5. Nó đã học kém lại còn nghiện trò chơi điện tử.

IV.

1. E   2. D   3. C   4. B   5. A

V.

1. ②   2. ①   3. ④

Ôn tập tổng hợp

I.

1. ①   2. ④   3. ①   4. ③   5. ④

6. ②   7. ①   8. ③   9. ④   10. ①

II.

1. ②   2. ③   3. ①   4. ④   5. ①

6. ③   7. ①   8. ②   9. ④   10. ①

III.

1. bằng

2. mới

3. nên

4. theo

5. do

6. mà

7. chứ

8. không

9. là

10. vì

IV.
1. Có thể nói
2. Nói cách khác
3. Ngoài ra
4. Trái lại
5. Bất luận thế nào
6. Tuy nhiên
7. Vì vậy
8. Nhờ vậy
9. thật ra
10. trừ phi

V.
1. ①
《和訳》
吉田： キエンさん、高額な時計を同時に 5 個も買ったそうですね。
キエン：それほど高くないですよ。私は ABC 社の時計を買いました。初めて買った時計はとてもユニークなデザインでした。でも、品質が良くなかったら、デザインがユニークでもそんなに買いませんよ。

2. ③
《和訳》
吉田： 今夜の試合を見に行きますか？
キエン：もちろん行きますよ！　何があっても、見に行かなければなりません。
吉田： 今日行く予定だったのですが、明日の会議の資料がまだ準備できていません。
キエン：ああ！　明日は会議があるの？　試合を逃さざるを得ない。残念！

3. ②

《和訳》

キエン：吉田さん、部長のポジションにどの人が適任だと思いますか？

吉田：　ズンさんは約 10 年の経験があります。ディエムさんは専門が得意なだけでなく、英語もできます。何を言おうと、このポジションは専門も外国語も必要ですよね？

キエン：私もそう思います。

4. ②

《和訳》

吉田：　全力で頑張ったのに、社長を説得できませんでした。彼は依然としてプロジェクト B ではなく、プロジェクト A を選びました。

キエン：社長がどのように求めようと、私たちはそのようにやるべきです。

吉田：　じゃあ、そのプロジェクトを私と一緒に実行してくださいね。

キエン：もちろんですよ！

5. ④

《和訳》

キエン：朝から今まで一言も発しませんでしたね。疲れていますか？

吉田：　いえ、全然！　私は報告書を書くことに夢中になっていただけです。

キエン：休憩を取らなかったら、仕事をする力はどこから得ますか？

吉田：　もうすぐ書き終わります。気づかせてくれてありがとうね。

Bảng từ
語彙索引

bản gốc	原文	4
bản thân	自身	3
bạn cùng lớp	クラスメート	4
bánh	お餅、粽やケーキなど米粉や小麦粉を加工して作った食べ物	8
bánh chay	緑豆餡入り団子のぜんざい	7
bánh chưng	バインチュン（旧正月に作られるベトナム風ちまき）	8
bánh ngọt	ケーキ	7
bánh trôi	黒砂糖が入った白玉団子	7
bánh trung thu	月餅	5
bao gồm	含む	3
báo	知らせる、（犯罪などを当局に）通報する	5
bảo dưỡng	メンテナンスする	5
bảo vệ	保護する、守る	11
bát hương	香炉	7
bày	飾り付ける	8
bằng chứng	証拠	4
bắt gặp	ばったり会う、見かける	4
bận rộn	忙しい	1
bất hoà	不和な	2
bất tử	不死身の、不死の	7
bê tông	コンクリート	4
bên cạnh đó	また、さらに	1
bệnh nhân	病人、患者	8
bếp	キッチン	2
bí mật	秘密	11
bia	ビール	12
biến chứng	合併症	10
biến đổi	変化する	1
biện pháp	措置、対策	11
biểu diễn	演じる、上演する	9
biểu đồ	グラフ	4
biểu tượng	シンボル、象徴	1
bình chọn	投票する	2

bình tĩnh	落ち着く、冷静な	2
bình thường hoá	正常化する	5
bỏ	捨てる、放棄する	1
bỏ lỡ	（機会などを）逃す、見逃す	9
bỏ trốn	逃げる、逃げ出す、逃亡する	10
bọc	嚢、繭	6
bóp	握る	4
bồ câu	鳩	6
bộ trưởng	（国家の）大臣	6
bộc lộ	見せる、披露する	12
bồi bàn	ウェイター	11
bồn cầu	便器	4
bồn tắm	バスタブ	4
bú	（乳を）飲む	6
bún chả	ブンチャー（つけ麺料理の一種）	4
bùng nổ	突発する	5
	sự bùng nổ dân số：ベビーブーム、人口爆発	
bụng	腹	9
buồn ngủ	眠い	12
Buồn tàn thu	『晩秋の悲しみ』（曲名）	12
bữa ăn đêm	夜食	9
bữa tiệc	宴会、パーティー	7
bước	（足の動きの）一歩、歩み	5
bước vào ~	～に足を踏み入れる、～に立ち入る	12

C Ch Bài

ca	感染や手術などに添える類別詞	7
	ca nhiễm：感染	
	ca phẫu thuật：手術	
ca dao	歌謡、俗謡	2
ca sĩ	歌手	5
ca từ	歌詞	12
cá bẹ	ヒラ（魚の一種）	2
cá biển	海水魚	2

cá cơm	カタクチイワシ	2
cá chép	鯉	3
cá hồi	鮭	1
cá nhân	個人	5
cả nước	全国	7
cách	離れる、隔たる；仕方、方法	3
cải thiện	良くする、改善する	8
cãi	口答えをする	12
	cãi nhau：言い合う、口論する	
cảm động	感動する	3
cảm hứng	インスピレーション	6
cảm thấy	感じる	6
cảm xúc	感情、情動	12
can đảm	勇気のある、勇敢な	11
cạn	陸地	6
	động vật trên cạn：陸生動物	
canh miso	味噌汁	1
cảnh sát	警察	8
cạnh tranh với ~	～と競争する	5
cao quý	高貴な	6
cao ráo	位置が高く湿気が少ないさま	7
cạo	剃る	10
cắm	（花などを）生ける	1
cầm cố	担保として差し出す、質入れする	7
cấm	禁止する	9
cất cánh	（飛行機が）離陸する	11
câu đối	漢詩の対句、対聯	7
câu hỏi	質問	2
câu trả lời	答え	2
cầu	願う	7
cầu Vàng	ゴールデンブリッジ（Đà Nẵng 市の景勝地）	1
cây cảnh	観賞用植物	8
coi trọng	重んじる、重要視する、大事にする	7
còi	ホーン、クラクション	3

cõi âm	あの世	7
cõi trần	この世、現世	7
con cái	（父母との関係の中で捉える）子供	3
con cháu	子孫	7
con rối	パペット、人形	9
Con Rồng cháu Tiên	龍仙の子孫	6
con trưởng	長子	6
	con thứ：次子	
con vật	動物	10
cô dâu	花嫁、新婦	11
Cô Hái Mơ	「梅摘み娘」（曲名）	12
cố định	安定した	3
cổ áo	襟	3
cổ chân	足首	3
cổ điển	古典的な	3
cổ tay	手首	3
cổ truyền	伝統的な、古来の	12
công	功績	6
	có công ~：～の功績がある	
công cộng	公共の	5
công chúng	公衆、大衆	12
công dân	公民、国民	4
công đoàn	労働組合	6
công nghệ cao	ハイテク	10
công nghiệp hoá	工業化する	5
công phu	工夫が詰まる、入念な	9
công việc	仕事、作業	6
cộng đồng	コミュニティ	6
cốt thép	鉄骨、鉄筋	4
cơ giới hoá	機械化する	5
cơ hội	チャンス、機会	9
cơ sở	基盤、根拠	7
cơ sở hạ tầng	インフラ	5
cơ thể	体	3

cờ	旗	3
	cờ cá chép：鯉のぼり	
củ	球根に添える類別詞	2
	củ hành：シャロット	
	củ khoai：芋	
cụ thể	具体的な、特定の	9
cung cấp	供給する、提供する	10
cung đình	宮廷	6
cùng một lúc	同時に、一度に	2
cúng	供える、供養する	7
cuộc	戦争、会議やコンテストなどに添える類別詞	2
	cuộc chiến tranh：戦争	
	cuộc họp：会議	
	cuộc thi：コンテスト	
cuộc đời	人生、生涯	6
cuộc sống thường ngày	日常生活	3
cuốn	（津波や洪水などが）押し流す	12
cử làm ~	～に任命する	10
cửa trượt	引き戸	4
cưới	結婚する	1
cưỡi	（動物の背に）乗る	10
cứu	救う	11
Chà!	うわー！	1
chả cá	ベトナムの魚料理（「魚の炒め焼」と「さつま揚げ」の2種類がある）	3
	chả cá Lã Vọng：味付けした魚を炭火焼した後、油で揚げたハノイの名物料理	
cháo	お粥	5
cháy	燃える	7
chắc chắn	きっと	12
chăm chỉ	勤勉な	9
chăm sóc ~	～の世話をする、～の面倒を見る	4
chắt	曾孫	11
châm biếm	風刺する	9

chấm	軽く浸す、つける	2
	nước chấm：たれ	
chân nến	燭台	7
chân thành	誠実な	12
chất	積み重ねる、積み重なる	10
chất lượng	品質	2
châu Á	アジア	8
châu thổ	三角州、デルタ	9
chế độ	制度	11
chế tạo	製造する	4
	ngành công nghiệp chế tạo：製造業	
chênh lệch	差、格差	10
chi phí	コスト、費用	5
chi tiết	詳細な	5
chia cắt	分割する、分離する	3
chia sẻ	分かち合う	2
chiếm	占める	5
chiến thắng	戦勝する、勝利する	6
chiến tranh	戦争	3
chiếu Tatami	畳	4
chim cút	うずら	2
chính phủ	政府	11
chính sách	政策	8
chính thức	正式な	8
chịu	受ける；耐える	3
chòm	（髪の毛の）房	9
chọn	選ぶ	8
chu đáo	配慮の行き届いた、思いやりのある	3
chú rể	花婿、新郎	11
chủ ngữ	主語	1
chủ tịch nước	国家主席	3
chủ yếu	主に	1
chùa	寺	8
chuẩn bị	準備する	5
chúc mừng	祝う、祝辞を述べる	11

chúc tết	新年の挨拶をする	8
chụp	（写真を）撮る	1
chuyên gia	専門家	3
chuyên môn hoá	専門化する	5
chuyên nghiệp	プロの	9
chữ viết	文字	1
chứa	含有する、収容する	4
chữa	治す、直す	10
chức năng	働き、機能	1
chứng kiến	目撃する	12
chứng minh	証明する	7
chương trình truyền hình	テレビ番組	3

D

		Bài
dạ dày	胃	1
dàn dựng	（演目を）アレンジする	9
dáng dấp	姿	9
	mang dáng dấp của ~：～の姿をしている	
danh từ	名詞	1
dành riêng cho ~	～向けの、～用の	2
dạo này	近頃、最近	11
dắt	（子供や犬などを）手で引いていく	10
dân số	人口	4
dân tộc	民族	3
dần dần	徐々に	4
dẫn	連れる、導く	6
dẫn chuyện	ナレーションをする	9
dây	紐	9
dễ chịu	快適な、心地良い	10
dễ dàng	容易に	3
di chuyển	移動する	5
dị ứng	アレルギー	10
dịch	疫病	8
dịch giả	翻訳者	1

Đ   Bài

đám đông	人混み	5
đảm nhiệm	（責任、仕事や地位などを）引き受ける、 負う	9
đàn	群れ đàn con：子供たち	6
đàn bà	（生物学的な視点から）大人の女性 Lấy vợ đàn bà, làm nhà hướng Nam： ［諺］嫁をもらうなら大人の女性を、家 を建てるなら南向きを	4
đáng gờm	手ごわい、恐るべき	12
đảng	政党 chế độ đa đảng：複数政党制、多党制	11
đánh	打つ、攻撃する	10
đánh giá	評価する	6
đánh lui	退陣させる	10
đánh mất	失くす	5
đạo diễn	（映画やテレビ番組などの）監督	4
đảo	引っくり返す	1
đáp án	答案、解答、答え	5
đạt	達する	4
đau ốm	病気になる、（病気を）患う	11
đau xót	悲痛な	3
đặc biệt	特別な	3
đặc điểm	特徴	1
đặc trưng	特徴	12
đăng ký	申し込む、登録する	8
đặt	予約する	2
đặt tên	名付ける	6
đầu gối	膝	3
đầu tay	デビューの（作品など）	12
đầu tiên	最初の、最初に	3
đậu nành	大豆	2
đầy đủ	十分に	4
đen đủi	運が悪い	3
đèn dầu	オイルランプ	7

đeo	（腕時計やマスクなどを）着ける	6
để lộ	露出する	3
đếm	数える	2
đền	神社	2
Đền Hùng	雄王を偲ぶ神社	6
đi dạo	散歩する	10
đi lại	往来する、行き来する	5
đi vệ sinh	用を足す	4
đi xa	遠出する	7
đĩa	皿	2
địa điểm	地点、ロケーション	11
địa phận	領域	6
địa phương	地方	5
đích thân	（代行ではなく）本人が直接に、直々に	9
điểm	点	1
điển hình	典型的な	2
điện thoại di động	携帯電話	8
điều kiện kinh tế	経済条件	4
điều kiện tự nhiên	自然条件	4
điều khiển	操作する、操る	9
điều khoản	条項	8
định kỳ	定期の	1
đo	測る	2
đỏ au	真っ赤	3
đoàn kết	団結する	6
đoán	推測する、当てる	3
đói	空腹な	5
đón	迎える	4
đóng băng	凍る	2
đóng cửa	営業を停止する、閉店する	9
đóng đô	都を置く	6
đô đốc	提督	11
đô hộ	支配する	10
	rơi vào ách đô hộ của ~：～の支配下に陥る	

đô thị hoá	都市化する	5
đồ cúng	供物	7
đồ chơi	おもちゃ、玩具	5
đồ thờ	（仏具や神具などを含む）祭具	7
đồ (vật)	物	7
đỗ	合格する	2
đỗ xe	駐車する	4
độ C	摂氏の温度	7
độc đáo	独特な、ユニークな	9
độc lập	（経済的に）自立した、（他の国や組織から）独立した	7
đối mặt với ~	～に直面する	4
đối tượng	対象	1
đối thủ	ライバル、競争相手	8
đối xử	（人を）待遇する、扱う	2
đội	隊、チーム	7
đội tuyển	（団体競技で勝敗を争うための）チーム	6
đông khách	客でにぎわう、客が多い	2
Đông Nam Á	東南アジア	10
đồng bào	同胞	11
đồng nghiệp	同僚	9
đồng ý	同意する	1
động lực	モチベーション	6
động từ	動詞	1
đốt	燃やす	7
đột nhiên	突然に	11
đơn giản	簡単な	4
đơn giản hoá	簡素化する	5
đơn khiếu nại	苦情申立書	12
đơn vị	団体、組織	9
đúng	正しい	6
đưa	連れて行く	6
đương đại	現代の、今風の	11
đương thời	当時の	3
đường bộ	道路	5

I

K・Kh

kêu gọi	呼びかける	10
kí	署名する、サインする	8
kích thước	大きさ、寸法	2
kịch bản	脚本	5
kiếm tiền	お金を稼ぐ	11
kiểm kê	棚卸しをする、（図書館の）蔵書点検をする	9
kiên trì	粘り強い	7
kiến trúc	建築	4
kiêu căng	傲慢な	12
kiểu	型、スタイル	6
kiểu dáng	意匠	3
kiệu	みこし	4
kính trọng	尊敬する	11
kỳ thi	試験	1
kỹ	慎重に、入念に、じっくりと	2
khả năng	可能性	4
khác biệt	違い、相違；違った、異なった	1
khách du lịch	観光客	2
khách hàng	顧客	6
khái niệm	概念	9
khám	診察する	1
khán giả	観客	9
kháng chiến	抗戦する	10
khay	トレイ	12
khẳng định	肯定する	1
khắp thế giới	世界中	2
khẩu trang	マスク	6
khen	褒める	2
khí hậu	気候	8
khí thải	排気ガス	5
	bộ kiểm soát khí thải：排気ガス制御装置	
khó khăn	困難	4
khoá học	コース、講座	8
khoảng hở	開口部、露出部、隙間	3

lẫn với ~	〜と混同する	3
lâu dài	長期の	8
lấy vợ	（男性が）結婚する	4
	lấy chồng：（女性が）結婚する	
leo	登る	6
	leo núi：登山する	
lễ cưới	結婚式	11
lễ chùa đầu năm	初詣	8
lễ hội	祭礼、祭り	4
	lễ hội Tenjin：天神祭り	
lễ phép	礼儀正しい	5
lên đến ~	〜に及ぶ、〜に上がる	5
lên ngôi vua	王座に就く、王となる	10
lịch	カレンダー	1
lịch sử	歴史	10
lịch trình	スケジュール	6
liên quan đến ~	〜に関連する	5
linh hoạt	柔軟な、臨機応変の	5
linh hồn	霊魂	7
lĩnh vực	分野	10
lít	リットル	10
lo lắng	心配する	1
lọ	ボトル、瓶	2
lọ hoa	花瓶	7
loại	種類	2
loại hình	類型	1
lỗ	損失を被る、損をする	2
lôi cuốn	惹きつける	11
lợi ích	利益	6
lợi nhuận	利潤	5
lợi thế	利点	5
lớn	育つ	6
	lớn nhanh như thổi：[慣用句] 直訳は「膨らませられるように速く成長する」（＝めきめき育つ）	

lúa mì	小麦	2
Luân Đôn	ロンドン（イギリスの首都）	3
luật sư	弁護士	3
lúc nông nhàn	農閑期	9
lúng túng	当惑する	3
luộc	茹でる	4
lừa đảo	騙す	12
lực lượng	軍勢	10
lười	なまける、怠る	1
lười biếng	怠惰な	2
lương	給料	3
lượng	量	2
lưu hành	出回る	5
lý do	理由	3

M

		Bài
mải + [動詞]	（〜することに）没頭する、夢中になる	2
mang	帯びる、運ぶ	2
mạng xã hội	SNS（ソーシャルネットワーキングサービス）	12
mạo hiểm	危険な、冒険的な	11
màu sắc	色、色彩	3
may	（服を）作る、仕立てる	3
máy ảnh	カメラ	8
máy ghi âm	レコーダー	8
mặn	しょっぱい、塩辛い	11
mặn mà với ~	〜に興味を持つ、〜に乗り気である	9
mắt cá chân	くるぶし	3
mặt mũi	顔立ち	6
mặt nước	水面	9
mâm cơm	（料理が載せてある）お盆	2
mất điện	停電	4
mất nước	断水	4
mật thiết	緊密な	7

mẩu	小片、断片	11
	mẩu chuyện：小話	
mẫu	モデル	6
mét	メートル	3
mê ~	～に夢中になる	2
mì ăn liền	インスタントラーメン	1
miền	地方、地域	3
miền biển	沿岸地帯	6
miền núi	山岳地帯	6
mình	体、胴体	9
mít	パラミツ、ジャックフルーツ	9
món	料理に添える類別詞	1
	món ăn：料理、惣菜	
	món nem：春巻き	
mong muốn	望む	4
mô phỏng	模倣する、模る	7
mô tả	描写する	2
mồ hôi	汗	11
Mộ đom đóm	『火垂るの墓』（アニメ映画）	3
môi trường	環境	4
mối liên hệ	関係（性）	7
môn	科目	1
một chút	少し、ちょっと	3
một hôm	ある日	11
một mình	一人で	5
một nửa	半分	8
một số ~	いくつかの～	1
một thoáng	一瞬、瞬間	3
một thời gian sau	しばらくして	6
mơ muối	梅干し	9
mở cửa	開いている、営業中	9
mở đầu	開始する	10
mở màn	前座を務める	9
mớm	（口移しで赤ちゃんに食べ物を）与える	6
mua sắm	買い物をする	2

nội địa	国内	2
nội trợ	家事	10
	bà nội trợ：主婦	
nông dân	農民	9
nông nghiệp	農業	5
nộp	納める	8
nở	（花が）咲く	5
nở ra	孵化する	6
nợ nần	借金、債務	8
núi	山	1
	núi Phú Sĩ：富士山	
nuôi dạy	（子供を）育てる	3
nữ giới	女性	4
nữ tính	女性らしい	3
nước mắm	ヌクマム	2
	Đo lọ nước mắm, đếm củ dưa hành：[慣用句] 直訳は「ヌクマムの瓶を測り、シャロットの漬物を数える」（＝家族に対してドケチな性格）	
nước mắm Hòn	ホ ン の ヌ ク マ ム（Kiên Giang 省 Hòn Sơn 島の名物）	2
nước mắt	涙	3
nước sinh hoạt	生活用水	4
nước tương	醤油	2
Nga	ロシア	5
ngạc nhiên	びっくりする、驚く	2
ngành	部門、業界	3
ngày càng	日増しに	3
ngày lễ	祝日	9
ngày mất	命日、祥月命日	7
ngày nay	今日（こんにち）、今の時代	8
ngày rằm	旧暦の毎月 15 日	7
ngắn hạn	短期の	8
ngâm	浸す	9
ngập	洪水	3
ngõ ngách	裏路地	5

ngoài ra	さらに、それに	4
ngoài trời	野外	7
ngoại giao	外交	5
ngoại ngữ	外国語	1
ngón tay	指	9
ngôn ngữ chắp dính	膠着語	1
ngôn ngữ đơn lập	孤立語	1
Ngủ đi con	「坊や、大きくならないで」（曲名。直訳は「子よ、お眠りなさい」）	12
Ngũ Hành Sơn	五行山（Đà Nẵng 市の景勝地）	1
nguồn gốc	起源、由来	6
nguy hiểm	危ない、危険な	5
nguyên liệu	原料、材料	2
nguyên nhân	原因	5
ngữ âm	音声	1
ngữ pháp	文法	1
ngực	胸	9
ngừng	止める、やめる	5
ngược	逆（ngược ⇔ xuôi） đi ngược về xuôi：上り下りする、あちらこちらを行ったり来たりする	6
người bản xứ	本国人、ネイティブスピーカー	4
người cao tuổi	お年寄り、高齢者	5
người con đất Việt	ベトナムの子ら（修辞的表現）	3
người dân	住民、市民、国民	5
người đi đường	通行人	6
người hâm mộ	ファン、支持者、愛好者	6
người lao động	労働者	6
người quá cố	故人、亡くなった人	7
người tiêu dùng	消費者	1
nghèo	貧しい	1
nghệ	ウコン	6
nghệ sĩ	芸能人、アーティスト、役者	2
nghệ thuật	アート、芸術	9
nghỉ giải lao	休憩する	5

nghĩ	思う、考える	2
nghiêm khắc	（態度、顔つきや規律などが）厳しい	5
nghiêm trọng	深刻な	5
nghiện	病み付きになる、中毒になる	9
nghiệp dư	アマチュアの	9
nhà chung cư	マンション	4
nhà đầu tư	投資家	10
nhà Hán	漢朝	10
nhà hát	劇場	9
Nhà hát lớn	オペラハウス	1
nhà lãnh đạo	指導者、統率者、リーダー	3
nhà nghiên cứu	研究者	12
nhà nguyên căn liền đất	戸建て	4
nhà nước	国家	6
	nhà nước Văn Lang：文郎国（ベトナム史上初の国家）	
nhà ở	住宅	4
nhà tuyển dụng	人材採用担当者	3
nhà thơ	詩人	12
nhà văn	作家	1
nhã nhạc	雅楽	6
nhạc công	演奏者	12
nhạc sĩ	作曲家	1
nhanh chóng	迅速な、速やかな	3
nhạt	（味が）薄い	11
nhau	互いに	6
	đánh nhau：殴り合う	
nhắc	思い起こさせる、気づかせる	6
nhắc đến ~	～について言及する	3
nhắc nhở	さとす、注意する、忠告する	6
Nhằm nhò gì!	何てことない！　ちょろいものさ！	2
nhắn tin	（携帯電話で）メールを打つ	4
nhân vật	人物	9
nhân viên	職員、従業員、スタッフ	6
nhận	受け取る	3

phụ huynh	父兄、保護者	1
phun	噴射する	4
	phun nước：噴水する	
phức tạp hoá	複雑化する	5
phương ~	（東西南北の）方向	10
	phương Đông：東方、東洋	
	phương Tây：西方、西洋	
	phương Nam：南方	
	phương Bắc：北方	
phương châm	指針、方針	6
phương tiện	手段、ツール	1
	phương tiện giao thông：交通手段	
phường rối	水上人形劇団	9

Q		Bài
qua	渡る；過ぎる	5
quà	贈り物、お土産	1
quá	上回る、超える；〜すぎる、あまりに	3
quá khứ	過去	1
quá trình	過程、プロセス	5
quan hệ	関係	1
quan lại	官僚	9
quan niệm	見解を持つ、観念を持つ	7
quan tâm	関心を持つ	8
quan trọng	重要な	5
quán nhậu	居酒屋	12
quảng trường	広場	11
quanh quẩn	うろつく、ぶらつく	10
quân	軍	10
quận	漢字表記では「郡」。現在のベトナムの行政区分では、日本の大都市の区に相当。	10
quầy tính tiền	レジ	12
que	スティック	9
quen thuộc	なじんだ、親しみがある	4

sai sót	過失、誤り	5
sàn	床	4
sản lượng	生産量	7
sản phẩm	商品、製品	2
sản xuất	生産する	4
sáng kiến	アイデア、イニシアティブ	9
sáng lập	創設する	11
sáng tác	（作品を）作る	1
sào	竿	9
sáp nhập vào ~	～に合併する	10
say	酔っ払う	10
sân khấu	ステージ、舞台	9
sân thượng	屋上	4
sập	崩壊する、崩れ落ちる	1
sâu	深い	5
siêu thị	スーパーマーケット	8
sinh đôi	双子	4
sinh nhật	誕生日	6
sinh thành	（子供を）産んで養い育てる	7
sóng thần	津波	12
sô-cô-la	チョコレート	2
số	数	5
số hoá	デジタル化	5
số lượng	数量	9
sống	生きる	2
sốt ruột	イライラする	11
sở hữu	所有する	4
sợ hãi	恐怖を覚える	10
sung	フサナリイチジク	9
suối nước nóng	温泉	3
suông thẳng đứng	（服のシルエットが）真っ直ぐ	3
suy nghĩ	考える	2
sử dụng	使用する	2
sự	動詞／形容詞を名詞化する働きをもつ語	2
sự kiện	出来事、事件、イベント	11

tấm lòng	気持ち	7
	tấm lòng biết ơn：感謝の気持ち	
	tấm lòng cha mẹ：親心	
tấm pin năng lượng mặt trời	ソーラーパネル	4
tân ngữ	目的語	1
Tần	秦（中国の王朝名）	10
tấn	トン	7
tầng	階	7
	tầng 1：1 階	
	nhà một tầng：1 階建て	
tầng lớp	階層	10
tập thể dục	運動する、体操する	11
tập trung	集中する	5
tất nhiên	当然、必然	7
téc nước	貯水タンク	4
tê liệt	麻痺する	3
tên gọi	名称	11
tên hiệu	称号	6
	lấy ~ làm tên hiệu：～を号とする	
tên khai sinh	出生名	12
Tết Hàn Thực	寒食節（旧暦 3 月 3 日の節句）	7
Tết Nguyên Đán	ベトナムの旧正月、テト、元旦節	7
tỉ	10 億	12
tỉ lệ	割合	5
tia lửa	火花	9
tiếc	残念に思う	9
tiêm	注射する	9
tiên	仙人	6
tiền tuyến	前線	10
tiến bộ	進歩する、向上する	2
Tiến quân ca	「進軍歌」（ベトナムの国歌）	1
tiện lợi	便利な	3
~ tiếp	また～する、引き続いて～する	11
tiếp tục	続く、～し続ける	1
tiết kiệm	節約する	5

tôn vinh	称賛する、褒めたたえる	3
Tổng điều tra dân số và nhà ở	国勢調査	7
tổng số	合計、総数	5
tổng thống	大統領	5
tốt bụng	親切な	2
tốt nghiệp	卒業する	8
tớ	（親密な間柄で使う第一人称）ぼく、わたし	2
tuổi thọ	寿命	2
tuy nhiên	しかし	2
tuyên bố	宣言する	5
Tuyên ngôn độc lập	独立宣言	11
tuyệt trần	絶世	6
tuyệt vời	素晴らしい	3
tư cách	資格	10
tư nhân hoá	民営化する	5
tư tưởng	考え、思想、イデオロギー	2
từ	単語、ことば	1
từ biệt	別れを告げる	6
từ bỏ	諦める、断念する	7
từ chối	断る	6
từ trần	逝去する	11
tứ đại đồng đường	4世代（曾祖父母・祖父母・父母・子）同居	11
tử trận	戦死する	10
tử vong	死亡する	4
tự nhiên	自然	1
tức giận	腹を立てる、怒る	9
tức là	つまり	11
tươi cười	（表情が）にこやかで明るい	9
tươm tất	（準備、支度が）整う	8
tương đồng	似通う	4
	điểm tương đồng：類似点	
tương lai	未来	1
tương tự như ~	～と同様に	4
tượng trưng cho ~	～を象徴する	2
thách thức	チャレンジ、挑戦	5

thái độ	態度	12
Thái Lan	タイ（国名）	4
Thái thú	太守	10
tham gia	参加する	2
tham lam	貪欲な、強欲な	10
tham nhũng	汚職をする	9
than thở	愚痴を言う	11
thanh toán	決済する	8
thành công	成功する	8
thành ngữ	慣用句	2
thành phố	都市	1
	thành phố Nara：奈良市	
thành trì	城、城郭	10
thay đổi	変える、変わる	1
thay thế	取って替わる	8
thăm	訪ねる	5
thăng chức	昇進する	9
thắng	勝つ	7
thắng cảnh	景勝地	1
thân thiết	親しい	10
thân thuộc với ~	～に馴染みのある	2
thần	神	6
thần thánh	（総称）神々	7
thập niên	年代	5
thất bại	失敗する	2
thất vọng	がっかりする	6
thật ra	実は	11
thẻ	カード	9
theo	ついていく；従う；～によると	2
thế kỉ	世紀	5
thể hiện	表す、示す	1
thi	（試験を）受ける、受験する	1
thi cử	受験する	7
thi đua	競う	10
Thì ra là vậy!	なるほど！　そういうことでしたか！	3

thị trường	市場、マーケット	2
thích thú	楽しむ、楽しいと感じる	9
thiên tài	天才	12
thiệp mời	招聘状、招待状	12
thiếu	欠く	8
	không thể thiếu：不可欠	
thiếu nhi	小児、子供	3
thiểu số	少数	6
	dân tộc thiểu số：少数民族	
thoải mái	快適な、心地良い	3
thoáng thấy	一瞬見える	3
thoát khỏi ~	～から脱出する、抜け出す	5
thói quen	習慣	1
thôn quê	田舎	10
thông báo	知らせる、通報する	9
thông dụng	広く使われる	2
thông gió	風通し	4
thông minh	賢い	1
thông tin	情報	5
thông thường	通常	3
thờ cúng	崇拝する	7
thợ đốt lò	火夫、缶焚き	11
thợ làm vườn	庭師	11
thợ thủ công	手工業職人	9
thời	時制	1
	thời quá khứ：過去時制	
	thời tương lai：未来時制	
thời gian	時間	5
thời kỳ Bắc Thuộc	北属期（ベトナムが中国の諸王朝に服属していた時期）	10
thời tiết	天候、天気	1
thơm	香りがいい	10
thu hút	引き付ける、呼び込む	2
thu nhập	所得	5
	quốc gia có thu nhập trung bình：中所得国	

thủ đô	首都	11
thủ phạm	犯人	4
thủ tục	手続き	2
thủ tướng	首相、総理大臣	3
thua	負ける	10
thuận lợi	順調な	7
thuê	雇う	3
thung lũng	谷	5
thuộc	属する	1
thủy thủ	船員	11
Thụy Sĩ	スイス	12
thuyền	船	9
thuyết phục	説得する	5
thử	試す	11
thửa	土地や畑などに添える類別詞	4
	thửa đất：（一筆の）土地	
	thửa ruộng：（一枚の）田んぼ、畑	
thức ăn	食べ物、惣菜	2
thực dụng	実利的な	10
thực hiện	実現する、実行する	5
thực phẩm	食品	8
thực tế	現実的な	10
thường dân	庶民	10
thường xuyên	よく、いつも	1
thưởng thức	（食べ物などを）味わう、満喫する	8
thượng lưu	上流階級の	10
trách nhiệm	責任	4
trái cây	（南部方言）果物	7
trải nghiệm	経験する、体験する	11
tràn xuống	溢れるように降りてくる	10
trang hoàng	（豪華に）飾る	7
trang phục	衣服	1
trang trí	飾る	8
trang trọng	おごそかな	7
tránh	避ける	5

trưởng thành	成長する	10
	người trưởng thành：成人、大人	
trượt	（試験などに）落ちる	12

U・Ư

		Bài
ủng hộ	応援する、支持する	7
ưa chuộng	（商品を）好む	5
ứng biến	応変する	2
ứng viên	候補者	3
ước mơ	（心に描く）夢	5
ưu điểm	長所	3

V

		Bài
vác	担ぐ	4
vai trò	役割、役目	9
vai vế	（人間関係における）地位	11
vạn	万	10
vàng mã	冥器	7
	hoá vàng：冥器を燃やす	
váy cưới	ウェディングドレス	8
vắc-xin	ワクチン	9
văn học	文学	12
vắng bóng	姿を消す	4
vắng nhà	家を留守にする	11
vận chuyển	運送する	2
vấn đề	問題	4
vất vả	大変な、骨がおれる	3
vật liệu	材料、資材	4
vẻ đẹp	美しさ	3
về cơ bản	基本的には	1
ví như ~	〜に喩える	5
vị	役職名などに添える敬称	6
	vị thần：神様	
	vị này：この方	

X

xếp hàng	並ぶ	2
xinh đẹp	美しい	6
xông đất	（その年最初の来客者として）訪問する	8
xu hướng	傾向	5
xuất chúng	卓越した、傑出した	12
xuất hiện	出現する	2
xuất khẩu	輸出する	2
xuất nhập khẩu	輸出入	9
xuất phát	出発する	11
xuất trình	提示する	9
xuống cấp	劣化する、老朽化する	4
xưa	昔	9
	từ xưa đến nay：昔から今まで	
xưng là ~	～と称する、名乗る	10

Y

		Bài
y học	医学	2
ý chí	意志	2
ý thức	意識	5
ý xấu	悪意	9
yên bình	穏やかな、長閑な	1
yêu cầu	求める、要求する	2
yêu mến	（恋愛感情は持たず、友人などとして）好き	4
yêu nước	国を愛する	11
yêu thích	気に入る、好む	4
yêu thương	愛する、可愛がる	6

著者略歴
TRẦN THỊ MỸ（チャン・ティ・ミー）
ハノイ国家大学 外国語大学 東洋言語文化学部卒、同大学大学院研究科 修士課程 日本語学専攻修了。東京外国語大学大学院 総合国際学研究科 博士前期課程 日本語教育学専修コース修了、同後期課程 言語文化専攻修了。博士（学術）。
主な著書・論文：「日越通訳における明示化−通訳の方向別及び方式別の比較−」（2016 年、単著、『通訳翻訳研究』第 16 号、日本通訳翻訳学会）、『＜初級者の間違いから学ぶ＞日本語文法を教えるためのポイント 30』（2018 年、共著、大修館書店）、「日越間ビジネス通訳におけるベトナム人通訳者の職業規範意識」（2019 年、単著、『通訳翻訳研究への招待』第 21 号、日本通訳翻訳学会）。訳書に、米原万里著『不実な美女か貞淑な醜女か』（2021 年、単訳、タインニエン出版社）、小松達也著『通訳の技術』（2021 年、単訳、タインニエン出版社）。
ハノイ国家大学講師を経て、現在は日本国内の大学を中心にベトナム語教育および日越通訳養成に携わっている。

監修者略歴
今井昭夫（いまい あきお）
東京外国語大学名誉教授。東京外国語大学地域研究研究科修士課程修了。
主な著書・訳書：『ファン・ボイ・チャウ』（2019 年、単著、山川出版社）、『記憶の地層を掘る』（2010 年、共編著、御茶の水書房）、『現代ベトナムを知るための 60 章 [第 2 版]』（2012 年、共編者、明石書店）、『日越小辞典』（1985 年、共著、大学書林）。訳書に、ホアン・ミン・トゥオン著『神々の時代』（2016 年、東京外国語大学出版会）、ファン・ダン・タイン＆チュオン・ティ・ホア著『ベトナム立憲史』（2022 年、ビスタ　ピー・エス）。監訳書に、『ベトナム中学校歴史教科書　ベトナムの歴史』（2008 年、明石書店）。

レベルアップ 中級ベトナム語

2024 年 2 月 20 日　第 1 刷発行

　著　者　　チャン・ティ・ミー
　監修者　　今井昭夫
　発行者　　前田俊秀
　発行所　　株式会社三修社

　　　　　　〒 150-0001　東京都渋谷区神宮前 2-2-22
　　　　　　TEL 03-3405-4511　　FAX 03-3405-4522
　　　　　　振替 00190-9-72758
　　　　　　https://www.sanshusha.co.jp
　　　　　　編集担当　斎藤俊樹

　印刷製本　　株式会社ディグ

©TRẦN THỊ MỸ 2024 Printed in Japan　　ISBN978-4-384-05008-0 C1087
本文・カバーデザイン　合原孝明（ThrustBee Inc.）